Ang tatlong shades mula sa nakaraan hanggang sa kasalukuyan:
India hanggang Asya at lampas sa iba't ibang panig ng Mundo

Translated to Filipino from the English version of
The three shades from the past to the present

Mitrajit Biswas

Ukiyoto Publishing

All global publishing rights are held by

Ukiyoto Publishing

Published in 2024
Content Copyright © Mitrajit Biswas

ISBN 9789360168223

All rights reserved.
No part of this publication may be reproduced, transmitted, or stored in a retrieval system, in any form by any means, electronic, mechanical, photocopying, recording or otherwise, without the prior permission of the publisher.

The moral rights of the author have been asserted.

This is a work of fiction. Names, characters, businesses, places, events, locales, and incidents are either the products of the author's imagination or used in a fictitious manner. Any resemblance to actual persons, living or dead, or actual events is purely coincidental.

This book is sold subject to the condition that it shall not by way of trade or otherwise, be lent, resold, hired out or otherwise circulated, without the publisher's prior consent, in any form of binding or cover other than that in which it is published.

www.ukiyoto.com

Contents

Yunit 1: India 1

Panimula sa grand vision ng Indian Foreign Policy
2

75 taon ng Indian foreign policy strategy bilang isang bansa
upang bumuo ng isang India centric world 7
Dynamics of power & politics for global aspirations: Ito ba
ay tumutugma hanggang sa sustainable branding nito ng
India 20
India bilang isang bansa tatak pagbabalanse ng mga salaysay
ng pag unlad laban sa mga hamon ng mamamayan ng 21st
Century global na mga isyu 90

Yunit 2: Asya 136

Asya at ang iba't ibang lumalagong dimensyon ng
globalisation para sa pang ekonomiyang integrasyon 137
Ang pulitika ng imigrasyon at hangganan: Kwento ng isang
Bansa sa Gitnang Asya Kazakhstan 172

Yunit 3: Ang Dinamika ng Mundo ng Ika 21 Siglo
183

Bakit at paano nabigo ang USA? 184
Pagsusuri sa komunikasyong pampulitika at ang midyum nito
sa pagtanggap ng nasyonalismo sa masa 196
Ang Kilalang Hindi Kilala: Isang Daigdig na Walang Asya sa
Geo Politics ng 21st Century 218
"Ang Wika Bilang Konstruksyon ng Nasyonalismo" 230

Yunit 1: India

Panimula sa grand vision ng Indian Foreign Policy

Indian patakarang panlabas sa ika 21^{siglo} lalo na revolves sa paligid ng mga alalahanin isa na kung saan ay edad mahaba na kung saan ay Pakistan. Ang isa pa ay mas naging benign tumor na naging cancerous na nagdudulot ng sakit at internal bleeding. Na dumating down sa ideya ng Indian patakarang panlabas na pagkuha ng mga hakbang sa loob ng panahon ng oras na kung saan ay hindi limitado sa lamang Pakistan ngunit paglipat patungo sa Tsina. Ang konsepto ng China vs India ay lumalaki sa loob ng isang panahon. Ang Tsina ay palaging isang geo pampulitika na karibal para sa India gayunpaman ang patakarang panlabas ng India ay mabagal na tumugon sa paunang unang dekada pagkatapos ng kalayaan. Gayunpaman, huwag nating masyadong makuha ang kasaysayan ng Indian Foreign Policy ngunit ito ay kung saan malamang na tayo ay pagpunta sa ilipat nang maaga sa mga tuntunin ng kasalukuyang senaryo. Tiyak na ang Tsina ang namumuno sa patakarang panlabas ng India at ang paraan ng mga Tsino sa ating lalamunan ay nag iiwan ng maraming nais. Bukod sa mga pag aaway sa hangganan na nag flaring up para sa huling ilang taon mula noong Doklam, nagkaroon ng pagbabago sa paraan ng Indian foreign policy ay humahawak ng mga bagay. Si Doklam ang una sa mga huling sagupaan sa mga nakaraang panahon na talagang naging pangit at malagkit. Indian patakarang panlabas ay pagkuha ng isang serye ng mga hakbang na kung saan ay pagpunta sa at lamang pagtaas sa mga tuntunin ng epekto at impluwensya. Magpatuloy tayo ngayon sa kasalukuyan.

Ang ideya ng isang patakarang panlabas ay ang lahat ng tungkol sa paraan kung paano ang isa ay aktwal na kumilos sa mga tuntunin ng nalalapit na krisis. Dito kung titingnan natin kung paano ang ideya ng krisis sa buong mundo ito ay nagmumula sa dalawang sentro ng kapangyarihan na nais na makabalik sa power trip. Ang patakarang panlabas ng India sa paglipas ng panahon ay lumipat sa isang yugto kung saan ang parehong mga sentro ng kapangyarihan na ito ay ngayon ay ginagamot. India ay may upang tread maingat bilang ang pagtaas sa euphoria ng Indian patakaran sa labas ay hindi dapat dalhin sa amin ang layo sa aming mga saloobin. Ito mismo ang ideya kung ano ang grand vision ng anumang foreign policy na ipinamamalita ng kahit anong bansa. Ito ay kung saan India ay sinubukan upang maging bilang nakakaengganyo hangga't maaari nang walang isang awtoritaryan espiritu ng mga Tsino o ang Russian paraan. Gayundin, hindi nito ganap na nasira ang umbilical cord sa Russia na mayroon ito sa mahabang panahon. Hindi pa rin pinababayaan ang kaibigang nasubok sa oras. Ang Russia ay nanatiling mahalaga sa amin at ang Indian Foreign policy ay nagsisiguro na hindi ito nagpapaalam. Ang ideya ng patakarang panlabas ng India ay upang ipinta ang isang larawan ng isang mundo kung saan ang Tsina ay ang tunay na banta at pagtulong sa iba pang mga bansa ng rogue. Ang India ay nagsisikap na maabot ang mga bansa tulad ng USA, Australia at Japan forging isang alyansa na umaangkop sa grand vision ng India na makita at tanggapin ang tanda ng pandaigdigang demokrasya.

Sa rehiyon ng mapagkumpitensya kooperasyon mayroon ding tinik ng Pakistan sa India. India off huli ay ginagawa lubos ng maraming upang side track Pakistan sa Chabahar port pagkonekta sa Iran at Afghanistan pagbubukas mismo up sa pinalawig na South at Central Asia. Ang mga ito ay makabuluhang hakbang gayunpaman para sa India upang buksan ang sarili sa laro ng kalakalan, pang ekonomiyang kooperasyon at pagsasama bukod sa pangitain ng India na muling nakukuha ang papel nito bilang isang responsable at iginagalang na kapangyarihan sa mga internasyonal na gawain. Ang nangingibabaw na diskurso ng India internasyonal na mga gawain ay nakasentro sa paligid ng Tsina at ilang mga internasyonal na iskolar o maaaring marami ay terming bilang ang paglitaw ng India at China bilang malamig na digmaan 2.0. Mayroon akong sukdulang pag aalinlangan tungkol sa naturang paghahambing para sa hindi lamang isa ngunit maraming mga kadahilanan. Una at pinakamahalaga, nararamdaman ko na hindi ito ang paglitaw kundi ang muling paglitaw ng dalawang bansang ito mula sa phoenix ng sinauna at makabuluhang kabihasnan. Higit sa lahat ang India at China ay hindi maaaring ihambing at hindi dapat ihambing. Ang India ay lumikha ng sariling anyo ng demokrasya na natatangi sa sariling paraan ng pag ukit ng isang bansa (hindi isang tipikal na bansa estado) na sumali sa mga kaharian ng prinsipe bukod sa brutal na paghahati ng mga lugar na diumano'y pinangungunahan ng mga Muslim na nagreresulta sa Pakistan at pagkatapos ay kalaunan ay Bangladesh. Ang Tsina sa kabilang banda ay gumawa ng sariling anyo ng isang partido estado patakaran at gaganapin sa malawak na bansa (sa paligid ng 3.5 beses ang laki ng India). Pinakamahalaga pagdating sa papel na nais ng India at China na maglaro sa mga internasyonal na gawain ay lubos na naiiba pilosopiko. Ang Tsina ay nagbukas sa pandaigdigang pamumuhunan sa kalakalan isang dekada nang mas maaga kaysa sa India at pinagtibay din sa pagmamanupaktura ng industriya nang mas agresibo. Ang India naman ay gumawa ng hakbang sa pandaigdigang kalakalan bilang huling paraan upang mailigtas ang nalululong na ekonomiya. India bukod sa limang taong plano ay hindi nakuha ang rebolusyong pang industriya at direktang lumipat sa isang ekonomiya na nakabatay sa serbisyo. India at China bagaman ay niligawan Africa para sa mga mapagkukunan gayunpaman ang kanilang engagement doon ay lubhang naiiba. Ang Tsina ay mas sa gusali ng imprastraktura samantalang ang India ay tumitingin sa mas teknikal na pakikipagtulungan. Ang kamakailang summit ng India at Africa na ginanap sa ikaapat na pagkakataon ay nagkaroon ng paglahok ng mga bansang Aprikano sa napakaraming bilang. Ito ay maaaring gawin bilang isang hakbang ng India patungo sa pagsali sa Africa sa isang bagong paraan pagkatapos ng kolonyal na panahon na ibinahagi ng parehong mga heograpikal na rehiyon na ito. Kahit na nakakalungkot na mga pangyayari ng Indian paggamot African mag aaral marahas sa ilang mga racially motivated krimen ay hinahamak pa ang pakikipag ugnayan ng India ay tinanggap sa Africa karamihan. Ang Tsina ay namumuhunan sa mga sistema ng tren, pagbuo ng kuryente tulad ng nabanggit nang mas maaga ngunit ang India gayunpaman napagtanto ang mas "pinahahalagahan na malambot na kapangyarihan" na diskarte ay nakatuon sa teknikal na pakikipagtulungan. Gayundin, ang mga pribadong korporasyon ng India mula sa Airtel telecom hanggang sa mga industriya ng Reliance ay naghahanap sa Africa upang mamuhunan sa agrikultura na humahantong sa diplomasya ng korporasyon din. Tiyak na maipagmamalaki ng India ang isang malakas na diplomatikong outreach bagaman ang mga kawani ng serbisyo sa ibang bansa nito ay nangangailangan ng isang malubhang pagpapalawak kung kailangan nitong tumugma sa mga bagong inaasahan nito.

75 taon ng Indian foreign policy strategy bilang isang bansa upang bumuo ng isang India centric world

Ang India ay may malaking hamon pati na rin ang papel na gagampanan sa siglo na ito sa mga gawain sa mundo. Nakumpleto ng India ang kanyang 75 taon ng patakarang panlabas na kung saan ay pa rin shedding nito kolonyal hangover kabilang ang kanyang karera diplomats service exam. Gayunpaman, ang onus ng India ay upang i play ang isang nangungunang papel na gumagalaw kasama nito ang mga pwersa ng ikatlong mundo (basahin ang Third world kapwa sa mga tuntunin ng geo pampulitika pati na rin ang mga patakaran sa ekonomiya). Ang mga hamon ng India ay parehong upang mapabuti ang socio ekonomiya sitwasyon ng bansa. Dapat tandaan na bagaman ang India ay naghahangad na maglaro ng mas malaking papel ng mga internasyonal na gawain. Hindi maaaring sabay sabay ang isa na "super poor" at "super power". Napanatili ng India ang mga pagsasanay ng mga panahon at institusyon ng kolonyal na Britanya tulad ng nabanggit kanina. Gayunpaman, ang mundo ng ngayon ay hinihingi ng India na malaglag ang mga inhibitions nito nang mabilis hangga't maaari at gawing mas malinaw ang pangitain nito kung paano nito nais na harapin ang mga problema sa paligid nito at sa mundo. India pa rin ang mga problema ng pyudalismo, patriarchy at pangunahing kaligtasan ng buhay bukod sa pang ekonomiyang footprint expansion, umuusbong na consumer market pati na rin ang mas malaking inspirasyon upang makakuha ng tamang papel nito sa talahanayan ng mga gawain sa mundo. India ay may isang mahalagang papel sa digmaan punit punit Afghanistan at nagbigay hindi lamang diplomatikong mapagkukunan ngunit din hard cash pati na rin ang infrastructural suporta. Ito ay nababagay sa pangitain ng India para sa kapakanan at pagpapayaman ng kapitbahayan na magiging mahalaga para sa India sa katagalan. Ito rin ang nalalapat sa patakaran ng India na matuto pa rin na makibahagi sa agarang kapitbahayan nito gayunpaman may ilang mga kapintasan ito. India ay may upang tread napaka maingat sa pagbabago ng mga pangyayari. India off late ay nakikipag ugnayan sa Bangladesh at din sa Srilanka sa pagbuo ng imprastraktura. Mahalaga rin ang pakikipag ugnayan sa pulitika para sa ugnayang pang ekonomiya ng integrasyon ng timog asya para sa isang maunlad na kapitbahayan. Ang Timog Asya ay naging walang kabuluhan sa ekonomiya at nagdurusa sa kahirapan tulad ng gitnang Amerika at Caribbean bukod sa Sub Saharan Africa. Ang ideya ng India ayon sa palagay nito bilang poster boy ng progreso ng ikatlong daigdig ay ang pagsamahin muna ang mga bansa sa timog Asya at ipagpatuloy ang patakaran ng integrasyon ng kalakalan sa Africa at Latin America din. Gayunpaman, ito ay mas madaling sabihin kaysa sa tapos na.

Sa rehiyon ng mapagkumpitensya kooperasyon mayroon ding tinik ng Pakistan sa India. India off huli ay ginagawa lubos ng maraming upang side track

Pakistan na may Chabahar port pagkonekta sa Iran at Afghanistan pagbubukas ng sarili up sa pinalawig na South at Central Asia. Ang mga ito ay makabuluhang hakbang gayunpaman para sa India upang buksan ang sarili sa laro ng kalakalan, pang ekonomiyang kooperasyon at pagsasama bukod sa pangitain ng India na muling nakukuha ang papel nito bilang isang responsable at iginagalang na kapangyarihan sa mga internasyonal na gawain. Ang nangingibabaw na diskurso ng India internasyonal na mga gawain ay nakasentro sa paligid ng Tsina at ilang mga internasyonal na iskolar o maaaring marami ay terming bilang ang paglitaw ng India at China bilang malamig na digmaan 2.0. Mayroon akong sukdulang pag aalinlangan tungkol sa naturang paghahambing para sa hindi lamang isa ngunit maraming mga kadahilanan. Una at pinakamahalaga, nararamdaman ko na hindi ito ang paglitaw kundi ang muling paglitaw ng dalawang bansang ito mula sa phoenix ng sinauna at makabuluhang kabihasnan. Higit sa lahat ang India at China ay hindi maaaring ihambing at hindi dapat ihambing. Ang India ay lumikha ng sariling anyo ng demokrasya na natatangi sa sariling paraan ng pag ukit ng isang bansa (hindi isang tipikal na bansa estado) na sumali sa mga kaharian ng prinsipe bukod sa brutal na paghahati ng mga lugar na diumano'y pinangungunahan ng mga Muslim na nagreresulta sa Pakistan at pagkatapos ay kalaunan ay Bangladesh. Ang Tsina sa kabilang banda ay gumawa ng sariling anyo ng isang partido estado patakaran at gaganapin sa malawak na bansa (sa paligid ng 3.5 beses ang laki ng India).

Pinakamahalaga pagdating sa papel na nais ng India at China na maglaro sa mga internasyonal na gawain ay lubos na naiiba pilosopiko. Ang Tsina ay nagbukas sa pandaigdigang pamumuhunan sa kalakalan isang dekada nang mas maaga kaysa sa India at pinagtibay din sa pagmamanupaktura ng industriya nang mas agresibo. Ang India naman ay gumawa ng hakbang sa pandaigdigang kalakalan bilang huling paraan upang mailigtas ang nalululong na ekonomiya. India bukod sa limang taong plano ay hindi nakuha ang rebolusyong pang industriya at direktang lumipat sa isang ekonomiya na nakabatay sa serbisyo. India at China bagaman ay niligawan Africa para sa mga mapagkukunan gayunpaman ang kanilang engagement doon ay lubhang naiiba. Ang Tsina ay mas sa gusali ng imprastraktura samantalang ang India ay tumitingin sa mas teknikal na pakikipagtulungan. Ang kamakailang summit ng India at Africa na ginanap sa ikaapat na pagkakataon ay nagkaroon ng paglahok ng mga bansang Aprikano sa napakaraming bilang. Ito ay maaaring gawin bilang isang hakbang ng India patungo sa pagsali sa Africa sa isang bagong paraan pagkatapos ng kolonyal na panahon na ibinahagi ng parehong mga heograpikal na rehiyon na ito. Kahit na nakakalungkot na mga pangyayari ng Indian paggamot African mag aaral marahas sa ilang mga racially motivated krimen ay hinahamak pa ang pakikipag ugnayan ng India ay tinanggap sa Africa karamihan. Ang Tsina ay namumuhunan sa mga sistema ng tren, pagbuo ng kuryente tulad ng nabanggit nang mas maaga ngunit ang India gayunpaman napagtanto ang mas "pinahahalagahan na malambot na kapangyarihan" na diskarte ay nakatuon sa teknikal na pakikipagtulungan. Gayundin, ang mga pribadong korporasyon ng India mula sa Airtel telecom hanggang sa mga industriya ng Reliance ay naghahanap sa Africa upang mamuhunan sa agrikultura na humahantong sa diplomasya ng korporasyon din. Tiyak na maipagmamalaki ng India ang isang malakas na diplomatikong outreach bagaman ang mga kawani ng serbisyo sa ibang bansa nito ay nangangailangan ng isang malubhang pagpapalawak kung kailangan nitong tumugma sa mga bagong inaasahan nito.

Ang India ay mayroon ding isang pangunahing hakbang na gagawin sa mga internasyonal na salungatan bagaman pinapanatili nito ang isang patakaran ng paggalang sa soberanya at hindi panghihimasok. Pa rin India ay hindi magagawang upang i play ang tole isang responsableng kapangyarihan isa inaasahan mula dito sa Iraq Syria krisis. Bagaman napanatili nito ang opisyal na komunikasyon ngunit ang mga makabuluhang hakbang para sa tulong ng dayuhan at tulong pantao ay nawawala. Ang kamakailang isa upang idagdag sa na ay sa patuloy na Rohingya refugee krisis sa Myanmar kung saan Indian pamahalaan ay biglang kinuha ng isang u turn sa kanyang pinagtibay (hindi opisyal na patakaran) bagaman ng pagtanggi upang tanggapin Rohingya's at deporting ang mga na dito. India bagaman may sariling matinding problema ng kahirapan, kawalan ng trabaho at sa kabila ng hindi pagiging opisyal na lumagda sa refugee convention ay tinanggap ang mga kanlungan mula sa Tibet, Afghanistan, Srilanka atbp. Ang biglaang patakaran na ito ay hindi maganda para sa India na tila nakikita ng maraming bansa sa Asya Pasipiko bilang isang responsable at maaasahang kasosyo. India bagama't may mahalagang papel sa lugar ng Doklam at La na nakahangganan sa Bhutan at Tsina sa papel nito na hindi nararapat na panghihimasok ng Tsina sa isang maliit ngunit magiliw na bansa sa India na Bhutan. Ang India ay naghahanap upang makisali sa buong mundo sa iba't ibang mga doktrina nito na lumilipat mula sa sosyalistang patakarang panlabas ng Nehruvian. Ang mga pangunahing doktrina ay "Look East -South East Asian countries", Look West "West Asia" at pagkatapos ay ang bagong tatag na "Connect Central Asia". Bagama't sa kabila ng lahat ng doktrinang ito ay mayroon ding kahalagahan ng pakikipag-ugnayan ng India sa mga makabuluhang kapangyarihan tulad ng USA, Russia, France, Germany, EU, Japan at gayundin ang mga multilateral forum tulad ng EU, BRICS, IBSA, RIC, G-20, MTCR atbp. India ay naghahanap upang linangin ang rehiyon ng gitnang Asya na kung saan ang India ay nagkaroon ng isang makasaysayang koneksyon sa pamamagitan ng Delhi sultanate at Mughal kaharian na orihinal na Turkic pinagmulan mga tao na darating sa mula sa Uzbekistan (Bukhara at Samarkand). Matagal na ring umunlad ang kalakalan sa mga rehiyong ito. Gayunpaman, ang mga makabuluhang relasyon sa mga rehiyong ito ay tinitingnan pagkatapos ng pagbuo ng mga bansang estado na ito mula sa USSR at din India sumali sa Shanghai Cooperation Organization na nag uugnay sa India sa gitnang Asya kung saan kapansin pansin ang Pakistan ay miyembro rin.

Ang India ay nag penning down ng maraming mga estratehikong relasyon lalo na pagdating sa pagtatanggol at pakikipag ugnayan sa kalakalan. Ang unang estratehikong pakikipag ugnayan ng India sa Pransya ay siyempre ay namumulaklak sa isang makabuluhang relasyon. Hindi magiging hindi makatarungan na sabihin na ang pag aalaga ng relasyon ay hindi mas mababa makabuluhang sa U.K. Ang Alemanya ay naging isang napakahalagang kasosyo para sa India sa mga deal na may kaugnayan sa malinis na enerhiya, pang agham, pang edukasyon pati na rin ang imprastraktura, corporate at pagtatanggol kooperasyon. Ang iba pang mga makabuluhang bansa mula sa Europa ay kinabibilangan ng Italya kung kanino ang India ay nagkaroon ng isang friendly na relasyon maliban sa makagalit sa pagpatay ng Italian Navy ng dalawang mangingisda sa Kerala thawing ang mga relasyon. Gayunpaman, ang kamakailang pagbisita ng punong ministro ng Italya at sa susunod na taon na nagmamarka ng 75 taon ng relasyong diplomatiko ay isang makabuluhang hakbang pasulong. Gayundin, ang kamakailang pagbisita ng Indian pamumuno sa Espanya, Portugal bukod sa mga pagbisita mula sa Royal pamilya ng Belgium tiyak na mahalagang hakbang para sa pakikipag ugnayan sa India at Europa. Gayundin, paglahok ng Sweden makabuluhang sa Gumawa sa Indya programa at Estonia welcoming Indian batang negosyante sa pamamagitan ng digital na paninirahan programa ay gumagawa para sa isang magandang pagbabasa ng lumalagong bakas ng paa ng Indya sa Europa. Hindi upang kalimutan ang brisk engagement ng India sa iba pang mga tumataas na kapangyarihan ng Europa tulad ng Poland kung saan ang bise presidente ay kamakailan lamang na bumisita at parehong inaabangan ang panahon na ang isang nakakaengganyong relasyon. Ang malambot na kapangyarihan aspeto ng Hindi pelikula, yoga at Spices bukod sa Indian cuisine sa India restaurant ay dokumentado walang katapusan sa makabuluhang tool ng India para sa European engagement. Ang pinakabagong sa relasyon ng India sa Europa ay ang muling pag uusap sa Free Trade Agreement na masisira ang deadlock ng "Strategic Partnership" ng higit sa isang dekada. Ang India EU ay gumawa ng makabuluhang kooperasyon sa edukasyon, kultura, agham ngunit hindi nakuha ang bus sa kooperasyon sa seguridad sa Indian Ocean Region at Eurasia kung saan ang Russia, China at USA ay gumaganap sa papel.

India pagdating sa pakikipag ugnayan nito sa Russia ay nagbabahagi ng isang malalim na makabuluhang relasyon mula noong malamig na digmaan. Ang pakikipag ugnayan sa USSR na propounded sa pamamagitan ng sosyalista leanings Nehru at ang kultural na palitan bukod sa pang ekonomiya at malalim na pagtatanggol ties hugis ang kapalaran ng isang bagong nabuo India. Russia na kung saan ay dumating sa labas ng USSR matapos ang pagbagsak ng malaking sosyalista yunit ay nakikipag ugnayan din sa Indya bilang isang bagong estratehikong kasosyo hindi lamang bilaterally ngunit din sa ilalim ng BRICS at RIC

(Russia, India at China). India pagdating sa pagtatanggol engagement off huli bagaman ay inilipat ang layo mula sa depende sa Russia sa kanyang bagong natagpuan kaibigan bagaman pa upang masuri makabuluhang relasyon sa USA at malapit na sumusunod Israel. Ang pagbabago ng pamumuno ng India at USA ay hindi naging anumang balakid sa patuloy na camaraderie sa pagitan ng India at USA. Ang mga patakaran sa pag aalinlangan ni Trump bagaman ay isang bagay na dapat na mag ingat ng India sa pamamagitan ng kamakailang pagbisita ng kalihim ng pagtatanggol sa India ay tila muling tinitiyak ang India bilang USA key player sa pivot to Asia plan nito na nag uugnay din sa Japan at Australia upang tapusin ang mga tuldok. Gayunpaman, ang paglipat ngayon sa relasyon ng India sa isang malapit na kaalyado ng US sa anyo ng Israel ay gumawa ng isang makabuluhang hakbang pasulong sa Indian Prime Minister Narendra Modi's dalaga pagbisita sa Israel para sa unang opisyal na pagbisita sa pamamagitan ng isang Indian pinuno ng estado ay kinuha ang relasyon sa isang bagong antas. Dito gayunpaman India ay naglalaro ng diplomatikong laro maingat at mas matalino sa ilalim ng "tunay na pulitika" mapanatili at pagbuo ng estratehikong pakikipagsosyo sa mga bansa ng GCC sa labas ng kung saan pinaka makabuluhang sa UAE, Oman, Saudi Arabia at Qatar. India ay din steered malinaw ng labanan sa pagitan ng Qatar at Saudi Arabia at off ang mamaya sa Iran at Yemen pati na rin sa kabila ng pagiging isang patuloy na aid giver sa Yemen at pamumuhunan sa Iran tulad ng nabanggit mas maaga.

India Prime Minister pagbisita sa Australia at reciprocated pagbisita bukod sa dating New Zealand Prime Minister pagbisita bukod sa India hosting Maliit Islands pagbuo ng bansa conference din pagtulak sa pera para sa infrastructure development ay nagpapakita ng lumalaking kahandaan ng India na kasangkot sa Asya Pasipiko. Gayunpaman, ang mas malaking kapangyarihan ng Japan sa Asya Pasipiko ay pinaigting ang malapit at makabuluhang relasyon sa kultura nito sa India sa mga tuntunin ng pamumuhunan sa ekonomiya at pag unlad ng imprastraktura. Ginamit din ng India ang patakaran ng "Look East" upang kumonekta sa mga bansang ASEAN at isulong ito sa pamamagitan ng pag oorganisa ng isang music festival na kinasasangkutan ng mga kabataan ng bansang ASEAN at pag anyaya sa ASEAN head of states sa susunod na taon para sa pagdiriwang ng araw ng republika. Ang pinakamaraming bilang ng mga pinuno ng estado na kailanman ay naroroon. India gayunpaman ay kailangang makisali sa Korean peninsula plausibly South Korea sa kanyang Asia Pacific laro. Vietnam already ay nililigawan ang India para sa mas makabuluhang papel ng India sa South China sea conflict. Ang nalalapit na pagbisita ng punong ministro ng India sa Pilipinas ay magiging isang makabuluhang hakbang din para sa India na makisali sa ASEAN at rehiyon sa kabila ng Asya Pasipiko.

Ngayon habang lumilipat patungo sa Amerika mahalaga na banggitin na ang relasyon ng India sa Turkey ay isang hindi nakuha na pagkakataon. Bagaman ang kamakailang pagbisita ng pangulo ng

Turkey na si Erdogan ay tila nag apoy ng ilang mga apoy sa pangkalahatang malamig na relasyon sa pagitan ng dalawang dakilang bansang ito. Ang India ay nagkaroon ng katulad na relasyon sa U.K. para sa huling dekada at tila may pagkamaluwag ng anumang makabuluhang bagay sa relasyon sa kabila ng pagkakaroon ng kasaysayan ng kolonisador at kolonisado. Kahit na ang 2017 ay ipinagdiriwang bilang India Britain taon at MG motors naghahanap upang mamuhunan sa India sa ilalim ng Gumawa sa India programa kamakailan. Habang lumilipat patungo sa Amerika isa pang bansa kung saan ang isang sukat Indian komunidad ay may Canada na kung saan India ay pinananatili relasyon batay sa kalakalan, palitan ng mga serbisyo at higit pa sa softer aspeto ng kooperasyon. Ang pinaka makabuluhang hindi nakuha bahagi ng relasyon ng India sa Amerika ay magiging karamihan sa Latin America kabilang ang mga makabuluhang bansa tulad ng Mexico, Cuba, Brazil atbp. Bagaman ang mga pagbisita ng punong ministro ng India sa Mexico noong 2015 at ang paninindigan ng India laban sa mga pagpapataw ng US sa Cuba kamakailan bukod sa aktibong pakikipag ugnayan nito sa Brazil sa ilalim ng BRICS at IBSA na may South Africa pati na rin ay nagbigay ng kapaki pakinabang. Ang India ay nagsisikap din na makisali sa iba pang mga makabuluhang bansa sa Latin America na kinabibilangan ng Argentina, Chile, Peru atbp. Ang India ay nagkaroon ng makabuluhang pakikipag ugnayan sa Argentina sa pang ekonomiyang kooperasyon gayunpaman ang agwat sa mga isla ng

Caribbean at mga bansa na may Chile, Peru, Bolivia, Venezuela atbp ay nananatili pa rin. Ang distansya ng dalawang rehiyon ng mundo ay sinubukang matupad sa pamamagitan ng pagtaas ng pakikipag ugnayan ng India sa MERCOSUR at Pacific Alliance. Gayunpaman ay pinanatili ng India ang malakas na paghanga sa kultura sa pamamagitan ng regular na tropang pangkultura nito na nagpapadala mula sa India sa ilalim ng Indian Cultural Council. Pa rin ang relasyon ay kulang sa forging kalidad na kung saan ay maaaring humantong sa isang makabuluhang relasyon pagbuo ng dynamics ng pagbabago ng mundo.

Sa pagbabago ng mundo, kailangan din ng India na makisali sa higit pa sa diplomatikong outreach nito lalo na ang pampublikong diplomasya. Hindi nasangkot ang India sa labanan laban sa ISIS at ni hindi naglabas ng anumang retorika sa mga marahas na pag atake kamakailan sa Somalia. Ang mga hamon ng India ay nananatili sa Tsina sa paglikha ng isang "coopeting relationship" batay sa kooperasyon at kumpetisyon. Ang India ay mayroon pa ring isang mahabang paraan upang pumunta at maaaring isaalang alang bilang isang makabuluhang kapangyarihan at gitnang kapangyarihan sa pinakamahusay sa pamamagitan ng projection. Ang landas na hinaharap para sa India ay magiging hamon na pagtagumpayan ang mga panloob na problema, pakikibaka at mga linya ng pagkakamali kung saan ang pinaka makabuluhan ay Kashmir. Hindi dapat kalimutan na may malaking hamon para sa India na mapabuti ang kalagayang sosyo ekonomiko ng milyun milyong nabubuhay sa kawalan ng pag asa sa gitna ng mga lumang problema ng nepotismo, katiwalian, kawalan ng kaalaman. Walang alinlangan na ang isang panibagong pakiramdam ng sigla sa India ay tinitingnan ang India mula sa loob at labas mula sa aspeto ng karamihan na may coverage ng media at popular na diskurso sa India. Pa rin India ay may isang mahabang paraan upang pumunta at kailangan upang malaman ang kanyang mga banyagang patakaran sa pangitain sa lumalagong papel ng India sa paglikha ng kasaganaan hindi lamang para sa sarili nito kundi pati na rin para sa bansa na tumingin up sa India sa pagbabago ng mundo na ito ng 21st siglo. Hayaan ang aspirasyon ng papel ng India sa pandaigdigang gawain lumipad mataas.

Dynamics of power & politics for global aspirations: Ito ba ay tumutugma hanggang sa sustainable branding nito ng India

Ang ideya ay upang maunawaan na kung paano humuhubog ang India bilang isang bansa. Ang isang ideya ng bansa ay mahirap na maunawaan at ang paraan ng ideya kung paano nabuo ang India bilang isang bansa. Ito mismo ang ideya na ito na dapat tingnan at maunawaan ang mismong ideya na ito kung paano ang India bilang isang bansa estado ay lumalapit. Kinukuha nito ang ideya ng iba't ibang iskolar at ang kanilang ideya kung paano humubog ang bansang India sa paglipas ng panahon. Ang papel ay nag delve sa mas malalim na pag unawa sa ideya ng India na kung saan ay inaalagaan pa rin.

Panimula:

Ano ang nagtutulak sa ideya ng India: Ang ideya ng kapangyarihan at pulitika sa India ay traversed sa ideya ng mga tao, kahirapan, polusyon, populasyon & pangangaral. Ang isang ideya ng India na darating bilang isang modernong bansa estado na may daloy ng oras post kalayaan diumano mula sa kolonyal na rehimen ay tiyak na naka isang bagong dahon sa kabanata ng isang lumang kabihasnan tulad ng India. India bilang isang bansa diumano ay isang napaka bagong bansa estado paghihirap mula sa tipikal na mga problema ng isang bagong nabuo bansa na kung saan namin sa pangkalahatan ay term bilang Third Worldism. Gayunpaman, ang ideya ng ikatlong mundo ay kaya reductionist sa diskarte at kaya clichedly tinalakay na personal artikulong ito ay hindi nais na mahulog sa parehong bitag. Ang artikulong ito ay tungkol sa pag unawa kung ano ang tumutukoy sa India kung ito ay may sariling diwa. Isang bansang itinatag sa mga prinsipyo ng natatanging saligang batas gayunpaman sa isang bansa na kung saan ay may iba't ibang pagiging kumplikado (*Fernandes, 2004*). To add on that illiteracy, broken education system pati na rin ang accountability ng mga pulitiko sa mga mamamayan ay ang mga nasusunog na isyu ng ating bansa. Gayunpaman, ito ay hindi bilang kung hindi namin kung ano ang mga problema ay. Ang onus ay nasa paghahanap ng mga solusyon at handa ba ang lipunan ng India na tanggapin ang responsibilidad nito na gawin ito. Ang ideya ng demokrasya sa pinakamalaking demokrasya sa mundo ayon sa populasyon ay tiyak na nagtaas ng maraming mga katanungan ngunit sa kabila ng lahat ng iyon ay nakaligtas ang demokrasya. Gayunpaman, ano ang tungkol sa mga parameter ng kalidad ng buhay, ang pag asa ng mga bilyong plus na tao na naghahanap ng isang lipunan na walang katiwalian pati na rin ang bagong ideya ng isang tunay na demokratikong lipunan hindi kinakailangang umaayon sa mga pamantayan ng kanluran ay maaaring ang tunay na pakikitungo para sa mga tao ng India 70 taon pababa sa linya pagkatapos ng kalayaan. Ang ama ng konstitusyon ng India na bumuo ng mga haligi ng demokrasya ng India ay may isang paunang pag unawa na kung ano ang kailangan ng India. Kaugnay ng equation ng pagdadala sa equity unang sa lipunan para sa tunay na kalayaan ang ideya ng reserbasyon ay dinala sa. Ang parehong senaryo ay catapulted sa ideya ng boto bank pulitika bagaman ang demograpiko at ang pag abot ng benepisyo ng reserbasyon ay pa upang lubos na maunawaan o sinagot mula sa isang napaka scholastic punto ng view. Ang sakit ng partisyon, ang ideya ng pagkakaiba iba at ang isyu ng isang Indian pagsasarili na talagang touches ang lahat ng mga tao ay kung ano ang nagtutulak sa ideya ng kapangyarihan at pulitika sa India. Idinagdag sa tabi ng mga keyword ay ang dinamika ng mga tao ng India. Isang usapin ng di maarok na kahirapan vis a vis na dapat alisin sa pamamagitan ng demokrasya na nakakalungkot ding magkakaugnay sa katiwalian. Ang pangangaral ng mga moralidad ng India ay lamang resonated lamang kapag ang dynamics ng bansa ay talagang resonating sa inaasahan ng mga tao. Hindi pareho ang mga lumang kuwento ng mga butas, polusyon pati na rin ang mga tiwaling pampublikong katawan. Na muling nagdadala sa equation ang dynamics ng pananagutan. Kailangang gawing lakas ng India ang demokrasya hindi ang hadlang nito na darating lamang sa patakaran na may kaugnayan sa edukasyon, kalusugan, batas at pangangalaga sa lipunan batay sa ideya ng patuloy na pagbabago ng pag asa sa dinamikong kalikasan ng ating bansa.

Branding Bharat o India sa pamamagitan ng pulitika ng ekonomiya: Ang ideya ng India na kung saan ay nagtatrabaho sa mga balikat ng napakaraming hindi kilalang, hindi pinahahalagahan at unsung bayani na nasa paligid. Pagdating sa pag unawa sa Indian power projection simulan muna natin ang kalakalan. Ang ideya ng kalakalan ay pinakamahalagang maunawaan at kung ano ang hawak nito para sa ekonomiyang pampulitika ng isang bansa. Ang India ngayon ay nararanasan sa nangungunang 7 GDP ranked na mga bansa na nag slide sa pagitan ng 5 hanggang 7 at naglalayong dumating sa nangungunang 3 sa pamamagitan ng 2025. Gayunpaman, ang pinakamahalagang tanong ay kung saan kailangang i project ng India ang lakas ng ekonomiya nito para sa branding at kung paano ito nagawa. Sa tanong ng Indian lobbying sa mga internasyonal na forum ito ay hindi na isang lihim ngunit sa halip ay isang napaka itinatag na katotohanan na Punong Ministro, Modi ay doon sa mga internasyonal na forum sa gitna ng kanyang mabigat na kampanya para sa India upang gawin itong ang desisyon sa pamumuhunan. Nakamit ng India ang pinakamabilis na lumalagong ekonomiya sa mundo ngunit ang pangunahing tanong ng kalakalan ng India ay talagang chugging ang ekonomiya ay ang pinakamahalaga. Ang demographic dividend ng India ay maaaring maging isang malubhang problema maliban kung iyon ay ginawang isang tamang lakas ng trabaho **(Khodabakhshi, 2011).** Ang sitwasyong pampulitika sa India na ngayon ay nagsisikap na tumuon sa pagsasabatas ng mga bagong batas sa India na may kaugnayan sa pagpapatibay ng pampulitikang ekonomiya. Kabilang na iyan sa bagong ipinakilalang Bankruptcy code, mga reporma sa batas sa paggawa na susubukang basagin ang mga shackles ng edad lumang Indian economic deficiencies. Napakahalaga para sa ekonomiya ng India na magkaroon ng farsightedness na kailangang kasangkot sa pagpatay sa mga batang workforce ng bansa. Ang India ay sa kasamaang palad ay nagtayo sa isang edukasyon na kung saan ay komersyalisado at ginagamit ang edukasyon bilang isang gateway upang makatakas sa kahirapan. Ang India ay may malaking pool ng mga inhinyero at siyentipiko ngunit ang kalidad at pananaliksik ay kinakailangan para sa mga pandaigdigang pamantayan na naabot. Ito ay nagdadala sa amin sa tanong ng Multinational Corporations sa India na kung saan ay namumuhunan sa India bukod sa homegrown corporate bahay ngunit kung saan. Research based makabagong centres ay dumating up sa mga gusto Airbus sa Bangalore, Chinese kumpanya tulad ng [VIVO, OPPO atbp] at marami pang iba. Gayunpaman, ang pokus ay dapat na sa India na nagsisikap na makuha ang imahe nito bilang isang holistic na bansa ng mga bihasang mapagkukunan at hindi lamang paggawa sa anyo ng ilang iba pang mga ekonomiya *(Harish, 2010)*. Mahalaga rin ang ideya ng pagtitipon at mga pool ng paggawa ngunit kung pupunan lamang ng paggamit ng makabagong rebolusyong industriyal na kilala bilang Rebolusyong Industriyal 4.0. Ang mga makina ng paglago na pumapasok mula sa umuunlad na mundo ay hinihimok ng Asya simula sa Silangan, paglipat sa Timog Silangang Asya at siyempre ang Tsina at India bilang dalawang higante. Gayunpaman, ang India ay natatangi sa kahulugan na ang ekonomiya nito na nakatuon sa serbisyo ay nagtulak sa bansa at nagpo project ng sarili bilang isang lumalagong ekonomiya ngunit gaano katagal India ay nagdusa mula sa cyclical economic slowdown na kung saan ay natural ngunit ang investment cycle neds na dumating sa. Sa sitwasyong ito ang mga micro trade unit sa India na bahagi ng Small, Micro, Medium enterprises ay dapat na pagtuunan ng malaking pamumuhunan. Iyon ay nangyayari sa pamamagitan ng Amazon, Uber atbp na nakatuon sa mga yunit na ito dahil ito ay napakahalaga rin para sa mga hangarin sa ekonomiya ng India. Kailangan ng India na magtrabaho sa ideya ng nation branding upang itulak nang maaga ngunit hindi posible iyon kung saan may ilang mga loopholes na umiiral na. Ang pag-unlad ng ekonomiya ay kailangang makita hanggang sa ibaba at ang kalidad ng buhay. Ang tanong dito ay ang power projection sa mga tuntunin ng pulitika at mga patakaran nito. Ang pulitika ng India ay nagdurusa pa rin mula sa paghahati ng caste na gayunpaman ay isang socio economic phenomenon ng napakaraming taon at marahil ay aabutin ng maraming oras sa pag align ng mga panloob na patakaran ng domestic oriented na proseso kung saan ang pulitika at ang labanan ng kapangyarihan ay may kaugnayan sa pag unlad *(Mooij, 1998).* Ito ay nakita mula sa pananaw ng patakaran sa kalakalan ng India kabilang ang pamumuhunan na ito ay naging proteksyon sa mga industriya ng domestic nito ngunit sa parehong oras hindi ginagawang mapagkumpitensya ang mga ito para sa mga pandaigdigang merkado maliban sa I.T.,

Pharmaceuticals atbp. Ang sitwasyon ng mga garments at tela industriya sa Indya ay isang malinaw na patotoo sa katotohanan kung saan ang pulitika ng maliit at katamtamang sektor appeasement ay kinuha sa paglipas ng pag unawa ng isang mas malaking larawan ng modernisation ng mga patakaran na nakatuon sa pag export. Kaya napakahalaga para sa paggawa ng patakaran ng India sa mga tuntunin ng pampulitikang ekonomiya nito na naaayon sa mga pandaigdigang hangarin. Hindi lamang ang ekonomiya ng India ay kailanman umangkop na may ilang mga kumplikado at hamon ang ideya ng pulitika sa India ay tila pa rin sa kanayunan at mas regressive sa kalikasan. Ang ideya ng pag unlad ng kasanayan, paggamit ng artipisyal na katalinuhan pati na rin ang pag unlad ng mga parameter ng ekonomiya sa India ay higit pa sa isang pulitika na nakatuon sa patakaran sa India. Maaaring ito ang panahon upang maunawaan na ang retorika lamang ng pamahalaan o ng figure head ay hindi magiging ganoon kalaki para sa India *(Brass, 2004)*. Ang pampulitikang ekonomiya ng India ay unti unting lumilipat mula sa isang rural sa isang mas urban na diskarte. Gayunpaman, nagkaroon ng ilang mga leaps na kung saan ang aking tila quantum sa kalikasan ngunit maaaring nag iwan ng mas malalim na mga gaps na maaaring maging nakamamatay sa darating na hinaharap. Samakatuwid, ang ideya ng pampulitikang ekonomiya ng India ay marahil ay namamalagi sa imahe ng tatak ng India na nilikha mula sa pulitika ng India ay kailangang magbago. Ang pulitika ng ilang mga estado tulad ng West Bengal at Kerala ay nagkaroon ng isang napaka agraryo based na modelo kasama ang pagsisimula ng mga socio economic parameter. Samantalang ang Karnataka, Maharashtra, Punjab, Haryana, Rajasthan at Gujarat ay may industrial belt na napapaligiran ng agraryo pati na rin ng caste politics na mas tricky pa. Samakatuwid, ang ideya ng pampulitikang ekonomiya ng India ay iba't iba kung saan ang kani kanilang mga estado ay may sariling agenda. Ito lamang ay makakakuha ng kumplikado sa pangkalahatang kahulugan ng isang pambansang kapangyarihan projection at upang lumikha ng isang unibersal na ideya ng pulitika sa India. Ang tanong mula sa panahon ng kalayaan hanggang sa kasalukuyan ay batay sa pag unawa na paano ang isang pagkakapareho sa pamamagitan ng kakaiba sa pagkakaiba iba. Ang halalan sa India ay isang klasikong halimbawa kung paano nagmula ang ugat ng pulitika at kapangyarihan para sa ekonomiya ng India. Na nagdadala sa amin sa tanong na ginagawa ikot para sa Indian pampulitika bilog ay dibdib thumping sa paglago ng Indian ekonomiya na kung saan ay may sariling kuwento.

Ang tanong ng pagpapanatili ng paglago sa India: Sa India ang pinakamalaking tanong ay na mayroong isang malaking pagkakaiba sa pamamahagi ng kayamanan ng India at na lumilikha ng isang malaking tanong sa pag unawa sa paglago. Ang isang paglago sa India sa huling mga taon ng 70 sa kabila ng konstitusyonal na kapakanan at ang ideya ng pulitika ng kahirapan sa India ay hindi pa rin pinamamahalaang upang matumbok sa core ng talamak na kahirapan.

Hindi ibig sabihin nito na hindi hinila ng India ang mga tao mula sa kahirapan, ngunit ang mga taong iyon ay meagre sa mga numero at bumubuo rin ng chunk ng much hyped India "typical middle class" segment at hindi ang mga high end na tao kabilang ang upper middle class. Ang kahirapan sa India ay naroon mula sa mga siglo mula sa isang materyalistikong konsepto ngunit ang pampulitikang ekonomiya ng India ay mayroon na ngayong hybrid form ng take *(Varshney, 2000)*. Ang isa ay ang pulitika ng kahirapan sa lunsod kung saan ang mga taong lumipat mula sa mga rural na lugar at mga lugar na pinagkaitan ng ekonomiya ng India. Ang hamon ay narito habang patuloy itong lumalaki sa loob ng ilang panahon. Overburdened lungsod sa urban kahirapan sa slums ay ang labanan ng pulitika na kung saan din nagdadala sa konsepto ng marginalisation, ghettoization pati na rin ang caste prejudices *(Aghion at Bolton, 1997)*. Ito ay kung saan ang ideya ng paglago sa India marahil ay kailangang i convert sa pag unlad ng buhay ng tao sa gitna ng mga hamon ng ekonomiya ng India at ang mga pampulitikang anggulo na may kaugnayan dito. Pagkatapos ay dumating ang tanong ng mga hamon sa lunsod sa sarili nito na may kaugnayan sa aspirasyon para sa isang kalidad na estilo ng buhay. Ang mga lungsod ng India ay palaging nangunguna sa mga sunog dahil sa kakulangan ng pag iingat sa kaligtasan, pagbaha ng ulan dahil sa mga problema sa drainage at higit sa lahat ang kilalang trapiko at kasikipan ng mga Indian sa mga lungsod. Ang mga isyung ito ay matagal nang napupulot ngunit hindi sa mainstream politics.

Gayunpaman, ang mga ito ay ang napakahalagang mga parameter ng kalidad upang gawin ang marka bilang isang seryosong pagpapabuti ng bansa sa mga tuntunin ng kalidad at pag unlad ng mga pamantayan. Ang pyudal na mindset ng karamihan ng pulitika ng India ay kailangang baguhin nang mas mabilis maaari itong ilagay. Ang pulitika ng kahirapan bagaman nananatiling pare pareho ay nagbago sa kahulugan at hangarin mula Roti, Kapda aur Makaan (Pagkain, Damit at Tirahan) sa Edukasyon, pag unlad ng kasanayan at pati na rin ang pinakamahalaga ang tanong ng trabaho sa India na siyang pangunahing pokus ngayon. Ang pulitika ng India at ang paghahangad nito para sa pandaigdigang kapangyarihan gayunpaman ay hindi kumpleto nang walang mas malaking larawan ng rural na ekonomiya. Ang isang bansa na mabilis na urbanisasyon ngunit mayroon pa ring ekonomiyang agraryo at ang mga tao sa mga rural na lugar ay pinutol pa rin sa malalim na ugat na mga isyu ng kasta, mababang kalidad ng buhay (hindi maliban sa minimalistic o kahit na pagpapabuti ng consumerism) ngunit kasama ang pag access sa mga pangunahing facet para sa kalidad ng buhay tulad ng kalusugan, kuryente at edukasyon. Ang ekonomiya ng India ay nagsisikap ngayon na lumipat sa isang bagong direksyon na kinabibilangan ng pulitika at mga patakaran ng pag remonetize ng India sa pamamagitan ng demonetization pati na rin ang digitalisation ng ekonomiya ng India. Pinakamahalaga kahit na critiqued ang ideya ng mga account sa bangko access sa buong populasyon ay isang mahusay na hakbang din. Ang ekonomiya ng India ay dumating sa isang mahabang paraan pagdating sa pag unawa sa pagkamit ng estado ng kapakanan na nakapaloob sa konstitusyon ng India. Mayroong siyempre ng maraming maraming mga hamon na may kaugnayan sa huling milya pamamahagi ng mga pampublikong serbisyo na kung saan ay marred sa pamamagitan ng katiwalian at kapangyarihan istraktura na kung saan ay pa rin pyudal sa kalikasan. Ang sistema ng kolonyal na panahon ng mga Briton Raj ay mas nagbago sa isang Oriental Occidental Hybridisation para sa India at sa sistema ng pampulitikang ekonomiya *nito (Tilak,2007)*. Ang sistema ng caste at ang ideya ng isang sukat ng India ay umaangkop sa lahat sa sentro na nasa kapangyarihan ng pananalapi sa kabila ng pagkakaroon ng konseho ng estado ay kailangang itama. India ay maaaring maging naghahangad para sa pandaigdigang papel gayunpaman ang ilan sa mga tagapagpahiwatig nito sa ilang mga estado ay dismal kahit na sa paghahambing sa Sub Saharan Africa. Ang ideya para sa mga estadong ito na maisama sa sentro at magbigay sa kanila ng awtonomiya at pananagutan ng kanilang pampublikong pananalapi ay napakahalaga. Ang mga estadong tulad ng Bihar, Uttar-Pradesh ay may matinding power lobbies na nagmumula sa caste strata kung saan ang mga pangunahing amenity at dignidad ng tao para sa mas mababang caste ay kuwestiyonable pa rin. India sa kabila ng nananatiling medyo kalmado pagkatapos ng pagkakaroon ng malaking pagkakaiba ng kita ay talagang isang sorpresa marahil dahil sa ang katunayan na ang isang demokratikong balbula ng kaligtasan ay itinuturing pa rin na napakahalaga

(Demetriades at Luintel,1996). Gayunpaman, ang pagsasalita tungkol sa pampulitikang ekonomiya ng India at marginalized na seksyon ng India socio economic problem ng Naxalism, regionalism na may kaugnayan sa pang ekonomiyang kasaganaan at kontrol sa inter state migration sa India ay ilan sa mga napakalubhang hamon. Ang pulitika ng India ay umiikot sa mga isyung ito sa isang antas ng screening na halos hindi umabot sa pambansang antas ng pulitika. Sa pambansang prente sa nakalipas na ilang taon ang pag rehaul ng patakaran sa agrikultura, reporma sa industriya at mga batas sa paggawa, pagsunod sa buwis at hindi pagganap ng mga asset pagbabawas at pagtatanggol sa pagbabadyet ay kinuha ang limelight ng pulitika ng India. Ito napakahusay ay ang mga pangunahing elemento ng domestic ekonomiya patakaran gusali ng isang bansa mula sa parehong micro at macro pananaw. Gayunpaman, ang malalim na nakaugat na mga problema sa edukasyon, pag unlad ng mga kasanayan, imprastraktura ng pangangalagang pangkalusugan at pagpapabuti ng mga pampublikong amenities ay tila magulo sa halo ng lahat ng mga kadahilanang ito. Ang India ay may napakababang GDP na ginugol sa Edukasyon at Kalusugan kahit na sa mga kabarkada nito sa BRICS na isang kahihiyan sa kabila ng pagkakaroon ng nagpakita ng mga pagpapabuti sa ilang mga tagapagpahiwatig ng kalusugan ngunit nahuhuli pa rin sa maraming iba pang mga lugar ng kalusugan *(Bosworth at Collins,2008)*. Kakulangan ng mga doktor, mga bata kamatayan rate atbp ay hindi kailanman tila hog ang limelight ng Indian

mainstream pulitika na kung saan ay lamang natigil sa sub estado at maaaring lamang ay dadalhin pasulong sa antas ng estado. Ang pananaw sa pulitika ng India na may kaugnayan sa ekonomiya nito para sa siglo na ito at mga darating na panahon ay kailangang batay sa mga reporma sa istruktura na susunod na tatalakayin sa artikulo. Ito ay magiging upang maunawaan ang pangitain at misyon ng Indian ekonomiya para sa malapit na hinaharap na may isang ideya ng mga reporma sa istruktura sa pamamagitan ng Political framework na kung saan ay sinubukan.

Pagsusuri ng mga pampulitikang landscape at reporma na kinakailangan para sa napapanatiling branding ng India

Ang ideya ng pampulitikang istraktura sa India ay mahalaga para sa pag unawa sa sistema na may kaugnayan sa mga istraktura ng kapangyarihan. Tulad ng pamagat ng papel na nagmumungkahi na ang ideya ng pulitika ay magkakaugnay sa mga istruktura ng kapangyarihan. Ang pandaigdigang hangarin ng India ay namamalagi sa pandaigdigang pagtanggap ng demokratikong tela nito gayunpaman na inilagay sa ilang mga katanungan. Ang ideya ng pulitika sa India ay may direktang kaugnayan sa tanong ng marginalisation at ang hierarchical power structures sa India na nangingibabaw pa rin sa pampulitikang makinarya *(Bose at Jalal, 2009)*. Ang ideya ng pulitika sa India ay tila isang halo ng hybridization ng oriental pati na rin ang occidental sa alinman sa mga ito nang maayos na dumating sa hugis. Ang konsepto ng British Raj economics na nagreresulta sa isang kakaibang pampulitikang pang ekonomiyang senaryo ng India ay pinananatiling sa kahit na ngayon sa pyudal na sistema ng pre British Raj sa India morphing sa isang kanlurang Indian adapted uri ng sistemang pampulitika. Ang problema ng relihiyon, mga dibisyon ng caste na naging batayan ng pulitika ng India ay may maraming mga istraktura ng kapangyarihan na kung saan ay tumatagal ng pasulong ang lipunang Indian sa mga tuntunin ng pulitika nito at ganoon ang imahe ng India ay dumating sa paglipas ng panahon. Totoo nga na ang pulitika ng India ay nabuo batay sa demokrasya ngunit ang permeasyon ng pulitika sa India ay nagmumula sa mga istruktura ng caste, relihiyon. Ang kapangyarihan at pulitika sa India ay nagtutulak din ng ideya ng negosyo. Ang negosyo sa India ay halos nakabase sa pamilya sa ilang mga unang beses na negosyante na nasira ang mga hadlang ng sistemang pampulitika ng India. Off huli ito ay totoo na ang nexus ng pulitika at burukrasya sa India na kung saan ay ang pinaka makapangyarihang istraktura ng kapangyarihan sa India tila ang gitnang focal point ng pulitika sa India (*Jenkins, Kennedy and Mukhopadhyay 2012*). Ang India ay isang ideya na kung saan ay may ilang mga pampulitikang punto na may dinamika ng sekularismo na hindi tugma sa pangunahing katotohanan kung saan ang mga tradisyon ng kasaysayan ng India ay itinayo sa loob ng isang panahon para sa dalawang milenyo. Tunay na totoo na ang India ngayon ay naglalarawan ng isang imahe ng isang bansa ayon sa mga tradisyon ng kanluran na ipinataw at pinagtibay sa huling 70 taon.

Ang ideya ng India ay umunlad at gayon din ang pulitika nito sa loob ng isang panahon. Gayunpaman, ang mga pangunahing tenets ng pulitika ay gumagana sa paligid ng regionalism pati na rin ang caste at ang relihiyon. Ang pinakahuli sa mga ito ay nag metamorphize lamang sa anyo ng NRC (National Registry of Citizens) na malayo sa edad na pulitika ng Ayodhya o sektaryanismong Muslim. Hindi sa banggitin ang marginalized naka marahas na pag aalsa ng Naxals sa pulang sinturon ng India na umaabot sa buong bansa pati na rin ang mga paggalaw ng pulitika ng paghihiwalay ng India sa isang mas malaking canvas na nagmamaneho ng pulitika ng India. Ang misyon ng 70 taon plus ng branding India ay higit sa lahat na nakuha mula sa cacophony ng Indian pulitika ***(Mukerjee, 2007)***. Ito ang kaleidoscope ng pulitika ng India na tumutukoy sa diskarte kung paano kailangang tingnan ng India ang sarili mula sa kahulugan ng inaakalang demokratikong pulitika.

Pagmamaneho ng ideya ng pagba brand ng India sa pamamagitan ng medikal na turismo

Ang ideya ng branding sa India ay traversed sa ideya ng mga tao, kahirapan, polusyon, populasyon & moral na pangangaral. Ang isang ideya ng India na dumating up bilang isang modernong bansa estado na may daloy ng oras post kalayaan diumano mula sa kolonyal na rehimen ay tiyak na naka isang bagong dahon sa kabanata ng isang lumang sibilisasyon tulad ng India. India bilang isang bansa diumano ay isang napaka bagong bansa estado paghihirap mula sa tipikal na mga problema ng isang bagong nabuo bansa sa ilalim ng bansa estado sistema na kung saan namin sa pangkalahatan ay term bilang Third Worldism. Isang bansang itinatag sa mga prinsipyo ng natatanging saligang batas gayunpaman sa isang bansa na kung saan ay may iba't ibang pagiging kumplikado (*Fernandes, 2004*). Gayunpaman, ang ideya ng ikatlong mundo ay kaya reductionist sa diskarte at kaya clichedly tinalakay na personal na kabanatang ito na may kaugnayan sa medikal na turismo ay hindi nais na mahulog sa parehong bitag. Ang kabanatang ito ay tungkol sa pag unawa kung ano ang tumutukoy sa India kung ito ay may sariling diwa. Isang bansang itinatag sa mga prinsipyo ng natatanging saligang batas gayunpaman sa isang bansa na kung saan ay may iba't ibang pagiging kumplikado. To add on to that illiteracy, broken education system pati na rin ang accountability ng mga pulitiko sa mga mamamayan ay ang mga nag aalab na isyu ng ating bansa. Gayunpaman, ito ay hindi bilang kung hindi namin kung ano ang mga problema ay. Ang onus ay nasa pag unawa sa maliwanag na lugar at ang lipunan ng India ay handa na tanggapin ang responsibilidad nito na gawin ito. Ang ideya ng murang medikal na turismo sa pinakamalaking demokrasya sa mundo ayon sa populasyon ay tiyak na nagtaas ng maraming mga katanungan ngunit sa kabila ng lahat ng mga tanong at hamon ay nakaligtas ito. Gayunpaman, ano ang tungkol sa mga parameter ng kalidad ng medikal na paggamot, ang pag asa ng bilyon plus na mga tao na naghahanap ng isang lipunan na walang katiwalian pati na rin ang bagong ideya ng isang tunay na natatanging medikal na pagsasanay hindi kinakailangang umaayon sa mga pamantayan ng kanluran ay maaaring ang tunay na pakikitungo para sa mga tao ng India 70 taon pababa sa linya pagkatapos ng kalayaan. Ang ama ng konstitusyon ng India na bumuo ng mga haligi ng demokrasya ng India ay may isang paunang pag unawa na kung ano ang kailangan ng India. Kaugnay ng equation ng pagdadala sa equity unang sa lipunan para sa tunay na kalayaan ang ideya ng reserbasyon ay dinala sa. Ang parehong senaryo ay catapulted sa ideya ng boto bank pulitika bagaman ang demograpiko at ang pag abot ng benepisyo ng reserbasyon ay pa upang lubos na maunawaan o sinagot mula sa isang napaka scholastic punto ng view. Ang sakit ng partisyon, ang ideya ng pagkakaiba iba at ang isyu ng isang Indian pagsasarili na talagang touches ang lahat ng mga tao ay kung ano ang nagtutulak sa ideya ng kapangyarihan at pulitika sa India. Idinagdag sa tabi ng mga keyword ay ang dinamika ng mga tao ng India. Gayunpaman, ang kabanata ay tumatalakay sa pagba brand ng India sa pamamagitan ng medikal na turismo. Isang usapin ng di maarok na kahirapan vis a vis na dapat alisin sa pamamagitan ng demokrasya na nakakalungkot ding magkakaugnay sa katiwalian. Sa gitna ng lahat ng ito India sa kabila ng pagkakaroon ng mga hamon sa kanyang sistema ng kalusugan ay dumating up bilang ang destinasyon na kung saan din paradoxically ay may ilan sa mga pinakamahusay na medikal na sentro sa mundo sa magkano ang mas mura gastos kaysa sa kanluran. Ang pangangaral ng mataas na moral ng India ay naresonate lamang kapag ang dinamika ng bansa ay talagang umaalingawngaw sa inaasahan ng mga tao. Hindi pareho ang mga lumang kuwento ng mga butas, polusyon pati na rin ang mga tiwaling pampublikong katawan. Na muli ay nagdadala sa equation ang dynamics ng pananagutan at ang ideya ng kanyang natatanging standing sa pamamagitan ng medikal na turismo. India ay harnessing ang lakas nito sa pamamagitan ng natatanging medikal na pagsasanay pati na rin ang kanyang mga mahuhusay na medikal na pool sa pribadong sektor ng kalusugan karamihan laban sa lahat ng mga hadlang nito na kung saan ay lumalaki sa patakaran na may kaugnayan sa medikal na turismo kabilang ang imprastraktura ng kalusugan, batas at panlipunang pangangalaga batay sa isang ideya ng patuloy na pagbabago ng pag asa ng dynamic na kalikasan ng ating mga oras. Ang demographic dividend ng India ay maaaring maging isang malubhang problema maliban kung iyon ay ginawang isang tamang lakas ng trabaho (*Khodabakhshi, 2011*).

Ang ideya ng India na kung saan ay nagtatrabaho sa mga balikat ng napakaraming hindi kilalang, hindi pinahahalagahan at unsung bayani na nasa paligid. Pagdating sa pag unawa sa Indian power projection simulan muna natin ang kalakalan. Ang ideya ng kalakalan ay pinakamahalagang maunawaan at kung ano ang hawak nito para sa ekonomiyang pampulitika ng isang bansa. Ang India ngayon ay nasa nangungunang 7 GDP ranked na mga bansa na nag slide sa pagitan ng 5 hanggang 7 at naglalayong dumating sa nangungunang 3 sa pamamagitan ng 2025

2030. Gayunpaman, ang pinakamahalagang tanong ay kung saan kailangan ng India na i project ang lakas ng ekonomiya nito at kung paano ito nagawa. Sa tanong ng Indian lobbying sa mga internasyonal na forum ito ay hindi na isang lihim ngunit sa halip ay isang napaka itinatag na katotohanan na Punong Ministro, Modi ay doon sa mga internasyonal na forum sa gitna ng kanyang mabigat na kampanya para sa India upang gawin itong ang desisyon sa pamumuhunan. Nakamit ng India ang pinakamabilis na lumalagong ekonomiya sa mundo ngunit ang pangunahing tanong ng kalakalan ng India ay talagang chugging ang ekonomiya ay ang pinakamahalaga. Ang dividend ng turismo ng medikal ng India ay maaaring maging isang malubhang makapangyarihan na ginawang isang tamang lakas ng trabaho. Gayunpaman, ang pokus ay dapat na sa India na nagsisikap na makuha ang imahe nito bilang isang holistic na bansa ng mga bihasang mapagkukunan at hindi lamang paggawa sa anyo ng ilang iba pang mga ekonomiya *(Harish, 2010)*. Ang sitwasyong pampulitika sa India na ngayon ay nagsisikap na tumuon sa pagsasabatas ng mga bagong batas sa India na may kaugnayan sa pagpapatibay ng pampulitikang ekonomiya. Kabilang na iyan sa bagong ipinakilalang Bankruptcy code, mga reporma sa batas sa paggawa na susubukang basagin ang mga shackles ng edad lumang Indian economic deficiencies. Gayunpaman, napakahalaga para sa ekonomiya ng India na magkaroon ng farsightedness na kailangang kasangkot sa pag skilling ng industriya ng medikal na turismo ng bansa. Sa pagsasalita tungkol sa medikal na turismo sa

India, ang India ay tumatanggap ng pinakamaraming bilang ng mga pasyente mula sa mga karatig bansa tulad ng Bangladesh, Srilanka at maging sa mga kanluraning bansa tulad ng mula sa England. Ang India ay sa kasamaang palad ay nagtayo sa isang edukasyon na kung saan ay komersyalisado at ginagamit ang edukasyon bilang isang gateway upang makatakas sa kahirapan. India ay may isang malaking pool ng mga inhinyero at siyentipiko ngunit ay ang kalidad at pananaliksik trabaho na kinakailangan para sa pandaigdigang pamantayan ng gamot ay din naabot. Ito ay nagdadala sa amin sa tanong ng Multinational Corporations sa India na kung saan ay namumuhunan sa India bukod sa homegrown corporate bahay ngunit kung saan. Research based makabagong centres ay dumating up sa mga gusto Airbus sa Bangalore, Chinese kumpanya tulad ng [VIVO, OPPO atbp] at marami pang iba. Gayunpaman, ang pokus ay dapat na sa India na nagsisikap na makuha ang imahe nito bilang isang holistic na bansa ng mga bihasang mapagkukunan at hindi lamang lamang paggawa sa anyo ng ilang iba pang mga ekonomiya. Ang medikal na turismo sa mga lugar lalo na ang Kerala na may Ayurveda nito ay umabot sa buong mundo. Ang mga bituin ng football tulad ng Neymar Jr. ay dumating din sa Kerala para sa paggamot matapos ang kanyang pinsala sa buhay na nagbabanta sa FIFA world cup. Mahalaga rin ang ideya ng India bilang isang assembling at labour pools ngunit kung lamang ay pupunan ng paggamit ng modernong rebolusyong industriyal na kilala bilang Industrial Revolution 4.0.

Ang mga makina ng paglago na pumapasok mula sa umuunlad na mundo ay hinihimok ng Asya simula sa Silangan, paglipat sa Timog Silangang Asya at siyempre ang Tsina at India bilang dalawang higante. Gayunpaman, ang India ay natatangi sa kahulugan na ang ekonomiya nito na nakatuon sa serbisyo ay nagtulak sa bansa at nagpo project ng sarili bilang isang lumalagong ekonomiya ngunit gaano katagal Ang pulitika ng India ay nagdurusa pa rin mula sa paghahati ng caste na gayunpaman ay isang socio economic phenomenon ng napakaraming taon at marahil ay aabutin ng maraming oras sa pag align ng mga panloob na patakaran ng domestic oriented na proseso kung saan ang pulitika at ang labanan ng kapangyarihan ay may kaugnayan sa pag unlad *(Mooij, 1998)*. Ito ay kung saan India ay nagdusa mula sa cyclical economic slowdown na kung saan ay natural ngunit ang investment cycle neds na dumating sa. Sa sitwasyong ito ang mga micro trade unit sa India na bahagi ng Small, Micro, Medium enterprises ay dapat na pagtuunan ng malaking pamumuhunan. Gayunpaman hindi lamang na medikal turismo bilang isang industriya na kung saan ay maaaring magkasya sa isang malaking sektor ng pamumuhunan ay hindi maaaring makaligtaan. Lalo na para sa branding ng India bilang isang pangunahing destinasyon ng pamumuhunan. Iyon ay nangyayari sa pamamagitan ng Amazon, Uber atbp na nakatuon sa pamumuhunan sa mga yunit ng pananaliksik dahil ito ay napakahalaga rin para sa mga hangarin sa ekonomiya ng India. Kailangan ng India na magtrabaho sa ideya ng nation branding upang itulak nang maaga ngunit hindi posible iyon kung saan may ilang mga loopholes na umiiral na. Ang pag-unlad ng ekonomiya ay kailangang makita hanggang sa ibaba at ang kalidad ng buhay. Ang tanong dito ay ang power projection sa mga tuntunin ng pulitika at mga patakaran nito. Bilang ang kabanata ay may kaugnayan sa Medikal turismo samakatuwid pag unawa sa kanyang dynamics ay mahalaga at multidimensional. Ang pulitika ng India ay nagdurusa pa rin mula sa paghahati ng kasta na gayunpaman ay isang socio economic phenomenon ng napakaraming taon at marahil ay aabutin ng maraming oras sa pag align ng mga panloob na patakaran ng domestic oriented na proseso kung saan ang pulitika at ang labanan ng kapangyarihan ay may kaugnayan sa pag unlad. Ito ay nakita mula sa pananaw ng patakaran sa kalakalan ng India kabilang ang pamumuhunan na ito ay naging proteksyon sa mga industriya ng domestic nito ngunit sa parehong oras ay hindi ginagawang mapagkumpitensya ang mga ito para sa mga pandaigdigang merkado maliban sa I.T., Pharmaceuticals atbp. Ang sitwasyon ng mga garments at tela industriya sa Indya ay isang malinaw na patotoo sa katotohanan kung saan ang pulitika ng maliit at katamtamang sektor appeasement ay kinuha sa paglipas ng pag unawa ng isang mas malaking larawan ng modernisation ng mga patakaran na nakatuon sa pag export. Kaya napakahalaga para sa paggawa ng patakaran ng India sa mga tuntunin ng pampulitikang ekonomiya nito na naaayon sa mga pandaigdigang hangarin. Hindi lamang ang ekonomiya ng India ay kailanman umangkop na may ilang mga kumplikado at hamon ang ideya ng pulitika sa India ay tila pa rin sa kanayunan at mas regressive sa kalikasan. Ang ideya ng pag unlad ng kasanayan, paggamit ng artipisyal na katalinuhan pati na rin ang pag unlad ng mga parameter ng ekonomiya sa India ay higit pa sa isang pulitika na nakatuon sa patakaran sa India. Maaaring ito ang oras upang maunawaan na ang retorika lamang ng pamahalaan o ang figure head ay hindi magiging ganoon kalaki para sa India. Maaaring ito ang panahon upang maunawaan na ang retorika lamang ng pamahalaan o ng figure head ay hindi magiging ganoon kalaki para sa India *(Brass, 2004)*. Ang pampulitikang ekonomiya ng India ay unti unting lumilipat mula sa isang rural sa isang mas urban na diskarte. Gayunpaman, nagkaroon ng ilang mga leaps na maaaring mukhang quantum sa kalikasan ngunit maaaring nag iwan ng mas malalim na mga gaps na maaaring maging nakamamatay sa darating na hinaharap. Samakatuwid, ang ideya ng pampulitikang ekonomiya ng India ay marahil ay namamalagi sa imahe ng tatak ng India na nilikha mula sa pulitika ng India ay kailangang magbago. Ang pulitika ng ilang mga estado tulad ng West Bengal at Kerala ay nagkaroon ng isang napaka agraryo based na modelo kasama ang pagsisimula ng mga socio economic parameter. Gayunpaman, ang mga ito ay ang parehong mga estado na kung saan ay makakakuha ng isang pulutong ng mga medikal na pasyente mula sa Bangladesh at Gulf ayon sa pagkakabanggit. Samantalang ang Karnataka, Maharashtra, Punjab, Haryana, Rajasthan at Gujarat ay may industrial belt na napapaligiran ng agraryo pati na rin ng caste politics na mas tricky pa. Gayunpaman, ang mga lugar na ito ay bumuo din ng mga world class na pribadong institusyong medikal. Samakatuwid, ang ideya ng pampulitikang ekonomiya ng India ay iba't iba kung saan ang kani kanilang mga estado ay may sariling agenda. Ito lamang ay makakakuha ng kumplikado sa pangkalahatang kahulugan ng isang pambansang kapangyarihan projection at upang lumikha ng isang unibersal na ideya ng medikal na turismo branding patakaran sa India. Ang tanong mula sa panahon ng kalayaan hanggang sa kasalukuyan ay batay sa pag unawa na paano ang isang pagkakapareho sa pamamagitan ng kakaiba sa pagkakaiba iba. Ang kahirapan sa India ay naroon mula sa mga siglo mula sa isang materyalistikong konsepto ngunit ang pampulitikang ekonomiya ng India ay mayroon na ngayong hybrid form ng take *(Varshney, 2000)*. Ang halalan sa India ay isang klasikong halimbawa kung paano nagmula ang ugat ng pulitika at kapangyarihan para sa ekonomiya ng India. Na nagdadala sa amin sa tanong na ginagawa ikot para sa Indian pampulitika bilog na kung saan ay dibdib thumping sa paglago ng Indian ekonomiya bilang kanyang sariling kuwento ngunit maaaring konektado sa niche medikal na turismo lumalaki sa India sa oras.

Ang tanong ng pagpapanatili ng paglago sa India: Sa India ang pinakamalaking tanong ay na mayroong isang malaking disparity sa pamamahagi ng kayamanan ng India at na tiyak na lumilikha ng isang malaking tanong sa pag unawa ng paglago. Ang isang paglago sa India sa huling mga taon ng 70 sa kabila ng konstitusyonal na kapakanan at ang ideya ng pulitika ng kahirapan sa India ay hindi pa rin pinamamahalaang upang matumbok sa core ng talamak na kahirapan. Hindi ibig sabihin nito na hindi hinila ng India ang mga tao sa kahirapan ngunit ang mga taong iyon ay meagre sa mga numero at bumubuo rin ng chunk ng much hyped India "typical middle class" segment at hindi ang mga high end na tao kabilang ang upper middle class. Ang kahirapan sa India ay naroon mula sa mga siglo mula sa isang materyalistikong konsepto ngunit ang pampulitikang ekonomiya ng India ngayon ay may isang hybrid form ng kumuha. Overburdened lungsod sa urban kahirapan sa slums ay ang labanan ng pulitika na kung saan din nagdadala sa konsepto ng marginalisation, ghettoization pati na rin ang caste prejudices *(Aghion at Bolton, 1997)*. Ang isa ay ang pulitika ng kahirapan sa lunsod kung saan ang mga taong lumipat mula sa mga rural na lugar at mga lugar na pinagkaitan ng ekonomiya ng India. Ang hamon ay narito habang patuloy itong lumalaki sa loob ng ilang panahon. Overburdened lungsod na may mga lungsod kahirapan sa slums ay ang labanan ng pulitika na kung saan din nagdadala sa konsepto ng marginalisation, ghettoization pati na rin ang caste prejudices. Ito ay kung saan ang ideya ng paglago sa India marahil ay kailangang i convert sa pag unlad ng buhay ng tao sa gitna ng mga hamon ng ekonomiya ng India at ang mga pampulitikang anggulo na may kaugnayan dito. Gayunpaman tulad ng nabanggit na India ay may isang hybrid na istraktura. Pagkatapos ay dumating ang tanong ng mga hamon sa lunsod sa sarili nito na may kaugnayan sa aspirasyon para sa isang kalidad na estilo ng buhay. Ang mga lungsod ng India ay palaging nangunguna sa mga sunog dahil sa kakulangan ng pag iingat sa kaligtasan, pagbaha ng ulan dahil sa mga problema sa drainage at higit sa lahat ang kilalang trapiko at kasikipan ng mga Indian sa mga lungsod. Katulad nito, ang mga pasilidad ng world class tulad ng Narayana Hrudalaya ni Dr. Devi Shetty ay nagbago ng dinamika ng abot kayang world class na pangangalagang medikal. Ang mga isyu ng medikal na abot kayang hindi lamang sa India ngunit globally ay picking up ngunit hindi sa mainstream pulitika ng India pa. Gayunpaman, ang mga ito ay ang napakahalagang mga parameter ng kalidad upang gawin ang marka bilang isang seryosong pagpapabuti ng bansa sa mga tuntunin ng kalidad at pag unlad ng mga pamantayan. Ang sistema ng kolonyal na panahon ng Raj ng Britanya ay mas nagbago sa isang Oriental Occidental Hybridisation para sa India at sa sistema ng pampulitikang ekonomiya *nito (Tilak, 2007)*. Ang pyudal na mindset ng karamihan ng pulitika ng India ay kailangang baguhin nang mas mabilis maaari itong ilagay. Ang pulitika ng kahirapan bagaman nananatiling pare pareho ay nagbago sa kahulugan at hangarin mula Roti, Kapda aur Makaan (Pagkain, Damit at Tirahan) sa Edukasyon, pag unlad ng kasanayan at pati na rin ang pinakamahalaga ang tanong ng trabaho sa India na siyang pangunahing pokus ngayon. Ang pulitika ng India at ang paghahangad nito para sa pandaigdigang kapangyarihan gayunpaman ay hindi kumpleto nang walang mas malaking larawan ng rural na ekonomiya.

Ang isang bansa na mabilis na urbanisasyon ngunit mayroon pa ring ekonomiyang agraryo at ang mga tao sa mga rural na lugar ay pinutol pa rin sa malalim na ugat na mga isyu ng kasta, mababang kalidad ng buhay (hindi maliban sa minimalistic o kahit na pagpapabuti ng consumerism) ngunit kasama ang pag access sa mga pangunahing facet para sa kalidad ng buhay tulad ng kalusugan, kuryente at edukasyon. Ang ekonomiya ng India ay nagsisikap ngayon na lumipat sa isang bagong direksyon na kinabibilangan ng pulitika at mga patakaran ng pag remonetize ng India sa pamamagitan ng demonetization pati na rin ang digitalisation ng ekonomiya ng India. Pinakamahalaga kahit na critiqued ang ideya ng mga account sa bangko access sa buong populasyon ay isang mahusay na hakbang din. Ang ekonomiya ng India ay dumating sa isang mahabang paraan pagdating sa pag unawa sa pagkamit ng estado ng kapakanan na nakapaloob sa konstitusyon ng India. Mayroong siyempre ng maraming maraming mga hamon na may kaugnayan sa huling milya pamamahagi ng mga pampublikong serbisyo na kung saan ay marred sa pamamagitan ng katiwalian at kapangyarihan istraktura na kung saan ay pa rin pyudal sa kalikasan. Ang sistema ng kolonyal na panahon ng Raj ng Britanya ay mas nagbago sa isang Oriental Occidental Hybridisation para sa India at sa sistema nito ng pampulitikang ekonomiya. Ang sistema ng caste at ang ideya ng isang sukat ng India ay umaangkop sa lahat sa sentro na nasa kapangyarihan ng pananalapi sa kabila ng pagkakaroon ng konseho ng estado ay kailangang itama. India ay maaaring maging naghahangad para sa pandaigdigang papel gayunpaman ang ilan sa mga tagapagpahiwatig nito sa ilang mga estado ay dismal kahit na sa paghahambing sa Sub Saharan Africa. Ang ideya para sa mga estadong ito na maisama sa sentro at magbigay sa kanila ng awtonomiya at pananagutan ng kanilang pampublikong pananalapi ay napakahalaga. Ang mga estadong tulad ng Bihar, Uttar-Pradesh ay may matinding power lobbies na nagmumula sa caste strata kung saan ang mga pangunahing amenity at dignidad ng tao para sa mas mababang caste ay kuwestiyonable pa rin. India sa kabila ng nananatiling medyo kalmado pagkatapos ng pagkakaroon ng malaking pagkakaiba ng kita ay talagang isang sorpresa marahil dahil sa ang katunayan na ang isang demokratikong balbula ng kaligtasan ay itinuturing pa rin na napakahalaga *(Demetriades at Luintel, 1996)*. Gayunpaman, ang pagsasalita tungkol sa pampulitikang ekonomiya ng India at marginalized na seksyon ng India socio economic problem ng Naxalism, regionalism na may kaugnayan sa pang ekonomiyang kasaganaan at kontrol sa inter state migration sa India ay ilan sa mga napakalubhang hamon. Ang pulitika ng India ay umiikot sa mga isyung ito sa isang antas ng screening na halos hindi umabot sa pambansang antas ng pulitika. Sa pambansang prente sa nakalipas na ilang taon ang pag rehaul ng patakaran sa agrikultura, reporma sa industriya at mga batas sa paggawa, pagsunod sa buwis at hindi pagganap ng mga asset pagbabawas at pagtatanggol sa pagbabadyet ay kinuha ang limelight ng pulitika ng India. Ito napakahusay ay ang mga pangunahing elemento ng domestic ekonomiya patakaran gusali ng isang bansa mula sa parehong micro at macro pananaw. Gayunpaman, ang malalim na nakaugat na mga problema sa edukasyon, pag unlad ng mga kasanayan, imprastraktura ng pangangalagang pangkalusugan at pagpapabuti ng mga pampublikong amenities ay tila magulo sa halo ng lahat ng mga kadahilanang ito. India ay may napakababang GDP na ginugol sa Edukasyon at Kalusugan kahit na sa gitna ng kanyang mga kabarkada sa BRICS na kung saan ay isang kahihiyan sa kabila ng pagkakaroon ng nagpakita ng mga pagpapabuti sa ilang mga tagapagpahiwatig ng kalusugan ngunit pa rin ang nahuhuli sa maraming iba pang mga lugar ng kalusugan *(Bosworth at Collins, 2008).* Kakulangan ng mga doktor, mga bata kamatayan rate atbp ay hindi kailanman tila hog ang limelight ng Indian mainstream pulitika na kung saan ay lamang natigil sa sub estado at maaaring lamang ay dadalhin pasulong sa antas ng estado. Ang pananaw sa pulitika ng India na may kaugnayan sa ekonomiya nito para sa siglo na ito at mga darating na panahon ay kailangang ibase sa mga reporma sa istruktura na susunod na tatalakayin sa kabanata. Ito ay magiging upang maunawaan ang pangitain at misyon ng Indian ekonomiya para sa malapit na hinaharap sa pamamagitan ng medikal na turismo.

Pulitika at Kapangyarihan na may kaugnayan sa medikal na turismo: Ang ideya ng pampulitikang istraktura sa India ay mahalaga para sa pag unawa sa sistema na may kaugnayan sa mga istraktura ng kapangyarihan. Tulad ng pamagat ng papel na nagpapahiwatig na ang ideya ng medikal na turismo sa India ay may kaugnayan sa mga istraktura ng kapangyarihan at pulitika. Ang pandaigdigang hangarin ng India ay namamalagi sa pandaigdigang pagtanggap ng demokratikong tela at power projection nito gayunpaman na inilagay sa ilang mga katanungan sa ilang mga lugar tulad ng nabanggit sa itaas. Ang ideya ng pulitika sa India ay may direktang pag uugnay sa tanong ng marginalisation at ang hierarchical power structures sa India na nangingibabaw pa rin sa pampulitikang makinarya *(Bose at Jalal, 2009)*. Ang ideya ng pulitika sa India ay may direktang pagkakaugnay sa usapin ng marginalisation at ang hierarchical power structures sa India na nangingibabaw pa rin sa pampulitikang makinarya. Ang ideya ng pulitika sa India ay tila isang halo ng hybridization ng oriental pati na rin ang occidental sa alinman sa mga ito nang maayos na dumating sa hugis. Ang konsepto ng ekonomiya ng Raj ng Britanya na nagreresulta sa isang kakaibang sitwasyong pampulitika pang ekonomiya ng India ay nanatiling patuloy kahit ngayon sa pyudal na sistema ng pre British Raj sa India morphing sa isang kanlurang -Indian na inangkop na uri ng sistemang pampulitika. Ang problema ng relihiyon, mga dibisyon ng caste na naging batayan ng pulitika ng India ay may maraming mga istraktura ng kapangyarihan na kung saan ay tumatagal ng pasulong ang lipunang Indian sa mga tuntunin ng pulitika nito at ganoon ang imahe ng India ay dumating sa paglipas ng panahon. Totoo nga na ang pulitika ng India ay nabuo batay sa demokrasya ngunit ang permeasyon ng pulitika sa India ay nagmumula sa mga istruktura ng caste, relihiyon. Ang kapangyarihan at pulitika sa India ay nagtutulak din ng ideya ng negosyo. Ang negosyo sa India ay halos nakabase sa pamilya sa ilang mga unang beses na negosyante na nasira ang mga hadlang ng sistemang pampulitika ng India. Off late ito ay totoo na ang nexus ng pulitika at burukrasya sa India na kung saan ay ang pinaka makapangyarihang istruktura ng kapangyarihan sa India ay tila ang gitnang focal point ng pulitika sa India. Ang India ay isang ideya na kung saan ay may ilang mga pampulitikang punto na may dinamika ng sekularismo na hindi tugma sa pangunahing katotohanan kung saan ang mga tradisyon ng kasaysayan ng India ay itinayo sa loob ng isang panahon para sa dalawang milenyo. Tunay na totoo na ang India ngayon ay naglalarawan ng isang imahe ng isang bansa ayon sa mga tradisyon ng kanluran na ipinataw at pinagtibay sa huling 70 taon. Ang ideya ng India ay umunlad at gayon din ang pulitika nito sa loob ng isang panahon. Gayunpaman, ang mga pangunahing tenets ng pulitika ay gumagana sa paligid ng regionalism pati na rin ang caste at ang relihiyon. Ang pinakahuli sa mga ito ay nag metamorphize lamang sa anyo ng NRC (National Registry of Citizens) na malayo sa edad na pulitika ng Ayodhya o sektaryanismong Muslim. Off huli ito ay totoo na ang nexus ng pulitika at burukrasya sa India na kung saan ay ang pinaka makapangyarihang istraktura ng kapangyarihan sa India tila ang gitnang focal point ng pulitika sa India ***(Jenkins, Kennedy and Mukhopadhyay 2012)***. Hindi sa banggitin ang marginalized naka marahas na pag aalsa ng Naxals sa pulang sinturon ng India na umaabot mula sa Central hanggang East bahagi ng bansa pati na rin ang mga paggalaw ng paghihiwalay sa Kashmir at kahit na North East kumpletuhin ang pulitika ng India sa isang mas malaking canvas. Ngayon ito ay kung ano ang nagtutulak sa pulitika ng India at nagdadala ng pasulong ang istraktura ng kapangyarihan ng India na may kaugnayan sa ekonomiya at pati na rin ang panlipunang balangkas ng India hanggang sa petsa. Katulad nito, para sa medikal na turismo isang nexus ng pulitika at kapangyarihan istraktura function na kung saan ay may kaugnayan sa gitnang lalaki / touts para sa pagpasok sa mga ospital, dugo bank access at hanggang sa napaka kamakailan lamang ng isang katulong na anyo ng medikal na turismo sa anyo ng surrogate pagiging ina. Iyon ang dahilan kung bakit ang buong kabanata ay hindi nakatuon sa core dynamics ng medikal na turismo. Ang kabanata ay lumipat mula sa maraming mga pananaw bypassing ang core ideya ng medikal na turismo at ang ideya nito ng bansa branding ng India. Iyon ay dahil ang India ay isa sa mga bansa lamang na kung saan ay may access sa world class na imprastraktura sa kalusugan ngunit tulad ng ipinaliwanag na ang ideya ng pag access sa kalidad ng pangangalagang medikal ay may maraming mga pangunahing istraktura ng kapangyarihan at pulitika na kasangkot. Ang India ay gumagamit ng medikal na turismo bilang isang soft power projection at din upang tatak ang bansa nito. Ang isang ideya ng pampulitika, pang ekonomiya pati na rin ang mga kadahilanan ng lipunan ay sakop upang dalhin sa pananaw ng medikal na turismo at ang pangkalahatang mga katulong na kadahilanan na humahantong dito sa India. Bilang ideya ng pag uugnay ng medikal na turismo sa India at ang branding equity nito ay tinutukoy holistically. Ang misyon ng 70 taon plus ng branding India ay higit sa lahat na nakuha mula sa cacophony ng Indian pulitika *(Mukerjee, 2007)*.

India ay na malawak na kalawakan ng lupa na kung saan maraming mga claim ay doon sa kolektibong kamalayan bago namin nakuha ang aming mga pampulitikang teritoryo tulad ng alam namin ito ngayon. Sa ganitong paraan ang India ay ang batang ipinanganak mula sa isang kaleidoscope ng mga kultura. Kaugnay nito ang India ay matatawag na literal na ina ng lahat ng kabihasnan at dito hindi lamang natin pinag uusapan ang kabihasnang Indus Valley. Ang mga kamakailang natuklasan ay nagpapahiwatig ng isang tiyak na kabihasnang Dravidian na nauna sa Indus Valley. Kaugnay nito ipaliwanag natin sa simula pa lang na sinasabi natin na may kahihiyan tayo sa kolonya! Iyan ay lubos na basura para sa akin. Sinasabi ko ito hindi bilang ilang bulag na jingoist ngunit kahit na ilapat natin ang karaniwang kahulugan ng pag unawa sa kung ano ang India ngayon at kung paano ito ipinanganak ay darating sa parehong tugon. Ang India ay ipinanganak hindi dahil sa kolonisasyon kundi bilang huling bunga ng kolonisasyon. Habang sinimulan kong isulat ang pambungad na pahayag ng aklat na ito, nabanggit ko na ang India ay naroon bilang malawak na dagat ng kolektibidad. Ito ay nabanggit ng kahit na iba pang mga iskolar habang nagsusulat tungkol sa India. Pagdating sa pagtukoy sa India bilang ina ng lahat ng kabihasnan maaaring marami ang magtatangkang atakehin ako tungkol dito. Teka lang. Tunay ngang may Sumerian, Mesopotamian civilization na tumabi sa kolektibong ideya ng mga taga Babilonya bukod sa mga pampang ng Tigris Euphrates River na diumano'y mas matanda pa sa Indus Valley. Gayunpaman pagkatapos ay tulad ng nabanggit ko na ang isang tiyak na sibilisasyon ng Dravidian mula sa Timog ng India bilang rehiyon sa katunayan maging malinaw dahil ang pangalan Dravid ay ginagamit upang tukuyin na ito ay dapat na kabilang sa peninsular India. Kaya narito kami na ang India ay nagkaroon ng kalabisan ng mga sibilisasyon na nagsasama sama pati na rin ang diverging sa parehong panahon sa ibabaw ng kahabaan ng lupain na tinatawag nating India ngayon at kahit na lampas. Ito ay karaniwang hindi ang kaso sa iba pang mga mas lumang sibilisasyon na pinag uusapan sa kasaysayan ng mundo. Kabilang dito ang mga Tsino, Ehipto, Meso Amerikano atbp. Marami ang nagsasabi na ang impluwensya ng India ay talagang naroroon sa mundo ngunit hindi kasing dami sa mundo tulad ng mula sa mga nation state tulad ng Pransya, Alemanya, Italya, Espanya atbp. Personal kong hinahangaan ang mga European nation states pero pagdating sa pagsagot sa impluwensya ng India sa mundo na darating mamaya. Bago iyon ay dapat muna nating sagutin na bakit ang India ay isang kaguluhan at isang kultural na anarkiya kung saan walang tiyak na kaayusan ng kultura ngunit sa katotohanan, isang kaleidoscope ng mga kultura. Napakaraming aklat na isinulat sa India, sa labas ng India tungkol sa India na nagsasalita tungkol sa kung paano, bakit, ano at saan tinukoy ang India. India sa simple at maikling termino ay maaaring maunawaan at maipaliwanag tulad ng nais ng mga tao. Ito ay ang napaka fluid na kalikasan ng India na ginawa at metamorphized India ng ngayon mula sa nakaraan mula noong sinaunang panahon. Anuman ito sa pangalang Bharat, Jambudwipa, Indus o India ay napakaraming alon ng mga lashes ng kultura na na lapped up ng India at bumalik din tulad ng mga dagat na pumipigil sa ilang mga natitira. Sa ganitong paraan ang halo ng mga katutubo at ang tinatawag na mga imigrante mula sa panahong walang hangganan hanggang sa kasalukuyang hangganan ng mundo ay ang patuloy na ebolusyon kung bakit at paano nilikha ang India. Ang India ang bansang iyon kung saan napakaraming kultura ang naitatag batay sa pagkakakilanlan ng wika. Ganito nabuo ang mga estado ng India na kakaiba sa mundo bilang marahil ay walang saan sa mundo makikita mo ang mga estado sa loob ng isang bansa o bansa na nilikha batay sa wika. Ang tanging analohiya ay ang mga bansang Europeo kung saan inukit nila ang kanilang sariling soberanya na umiiral batay sa pagkakakilanlan ng wika at kapalaluan. Pagsasalita ng linguistic pride at pagkakakilanlan simulan natin sa Bihar isang estado na kung saan ay hindi nagustuhan para sa maraming mga kadahilanan at wished sa modernong panahon na ito ay isang hindi isang bahagi ng India. Gayunpaman, ang kasaysayan ng India ay hindi kumpleto kung walang Bihar at talakayan sa maluwalhating nakaraan nito. Paano kung hindi bahagi ng India si Bihar?! Maaaring ito ay isang tanong na tumatakbo sa maraming mga Indian ngayon na nais na mapupuksa ang Bihar lalo na dahil ito ay napaka atrasado at sa likod. Gayunpaman, ang tunay na tanong ay namamalagi na kung saan nagmula ang Bihar sa mga panahon ngayon. Ang pamamahala ni Chandragupta Maurya o ang Imperyong Gupta ay lahat ay nagkaroon ng kanilang pagtatatag sa estado ng Bihar tulad ng alam natin ngayon. Ang pinagmulan ng Bihar mula sa 16 Mahajanapadas sa modernong estado ng Bihar ay isang paglalakbay na medyo nakakagulat kapag tinitingnan natin ang kasaysayan ng India. Bihar ngayon ay isang estado na ay mired sa controversies at isang pulutong ng kahirapan kaugnay na kahirapan. Gayunpaman, kapag tinitingnan ang estado ay maaaring kailanman kalimutan ng isa ang maluwalhating nakaraan ng estado at ang papel nito sa paglikha ng pamana at pamana ng India. Ang pamamahala ng dinastiyang Mauryan at ang paglikha ng isa sa mga pinakalumang unibersidad sa India sa anyo ng Nalanda, Taxila at Vikramshila ay lahat doon na nakasulat sa kasaysayan. Ang pagkakakilanlan ng India kapag nais nating malaman ito ay palaging humahantong sa amin sa tanong kung paano ang India ay naging. Sa usapin ng Bihar ngayon ito ay isang estado lamang na nakabatay sa wika na humiwalay sa Bengal at Odisha. Gayunpaman, sa mga tuntunin ng kasaysayan ng India, ang papel na ginagampanan ng Bihar ay kailangang ma trace nang lampas sa malungkot na kuwento ng estado ngayon. Ang mga migranteng manggagawa mula sa Bihar ay naroon mula sa napakatagal na panahon na lumilipat sa India at sa paligid pati na rin sa ibang bansa. Kaya ngayon ang estado ng Bihar at ang impluwensya nito sa kultura ay hindi maaaring sukatin mula lamang sa modernong panahon. Kailangang maunawaan na kung paano nagbago ang Bihar at ang epekto ng kolonyal na pamamahala lalo na ng mga British upang ganap na baguhin ang isang estado. Ang Bihar ay dating nangunguna sa kultura at sining ngunit ngayon ay nahuhuli sa mga makabagong tagapagpahiwatig ng lipunan. Kailangang konektado ito dahil nabigo ang sistemang pampulitika ng Bihar na isulong ang inaasahan ng mga tao. Nagkaroon ng ilang mga natitira sa mga nakaraang bisyo na kinabibilangan ng caste system at ang pyudal na mentalidad. Gayunpaman, ang papel na ginagampanan ni Bihar sa nakaraan ay kinabibilangan ng ilan sa mga pinakadakilang matematiko sa isang diwa ng pagtatanong. Kahit na ang tanong arises na kung ano ang nangyari sa estado ng Bihar bilang ito ay nagsimulang gumuho. Ang sagot tulad ng nabanggit na sa itaas ay namamalagi sa sistemang pampulitika at kawalan ng makabagong daloy ng edukasyon. Ito ang mga salik sa makabagong bilis ng industriyalisasyon na hindi sumasabay sa mga makabagong pangangailangan na nagtulak kay Bihar ngayon sa bingit ng pagka atrasado. Dapat tandaan na ang isang daloy ng kultura ay isa lamang ang mga punto ng pag unawa sa isang estado. Ang parehong napupunta para sa paraan kung paano ang mga tao at ang kanilang paraan ng pagtatrabaho nang maaga ay patuloy. Ang Bihar ay dating cradle ng Indian civilizational crossroads kung saan itinayo ang mga dakilang imperyo at ang kanilang hindi mabilang na mga pamana. Bagaman ang mga dekada bago lamang ang kalayaan at post na mired sa paglikha ng isang estado na kung saan ay bounded sa pyudal mentalities at hindi magagawang upang pamahalaan ang kanyang sarili batay sa mga demokratikong prinsipyo bagaman hindi ng kanluran na kung saan ay minsan kasalukuyan sa estado na iyon mismo. Ang mga tao ng Bihar ay nakipaglaban sa pagiging kinamumuhian sa maraming bahagi ng India ngunit hinahangaan din sa maraming bahagi ng maraming mga tao ng India para sa kanilang katatagan. Dito kailangang i highlight ang papel ng edukasyon at ang makabagong proseso ng pag iisip na sa wakas ay naroon sa Bihar pagkatapos ng magulong taon. Ang paghahari ng kasalukuyang panahon sa Bihar ay nagsimula sa maraming mga progresibong patakaran bagaman tulad ng kaluluwa ng India ang rustiko at tradisyonal na mga pagsasanay ay hindi pa tuluyang nawawala sa estado. Kaya narito sa isang halimbawa kung paano ang modernong India ay batay sa anarkiya sa modernong panahon na may mga ugat sa nakaraan. Ang tanong ay bumaba sa tanong kung paano tinutukoy ng kultura ang ating kasalukuyan. Bilang ang halimbawa ng Bihar ay nabanggit bilang isang halimbawa katulad na kapag tinitingnan namin ang napaka malaking larawan, maaari naming mahusay na maunawaan na Europeans ay isa lamang ang isa malaking alon na dumating sa contact sa Indya bago ang Indya alam namin ngayon magkano tulad ng Mughals, Turks, Mongols, Afghans atbp. Sa pagtingin sa analohiya ng European Union ang isa ay maaaring tukuyin ngayon na ang India na katulad ng European Union ay isang koleksyon ng mga pagkakakilanlan at ang kanilang motto *Unity in Diversity* ay ipinatupad sa isa sa mga pinakadakilang pluralistic na bansa na nilikha sa anyo ng India. Maraming nakakaalam na ang kabihasnan ng Indian Subcontinent ay umiral mahigit 5000 taon na ang nakalilipas at ang bansang India ngayon kung ano ang nakuha natin ay naroon na sa loob lamang ng 75 taon. Kaya ang tanong ay palaging bumaba sa pagsasabi na ang India bilang isang bansa ay dumating dahil sa matinding labanan para sa isang sentralisadong kapangyarihan at ang buong India ay hindi kailanman kolonisado. Ang mga taong nagbabasa nito ay maaaring sabihin na ako ay baliw ngunit pagkatapos ay pagpunta sa pamamagitan ng lohika ng India na kolonisado, Europa masyadong ay colonized at lamang got liberated post 1945 sa East Germany pagkuha ng liberated sa 1990's. Pagpunta sa pamamagitan ng kahulugan ng kolonisasyon na nangangahulugang sa pangkalahatan ang mga tao na naninirahan mula sa isang dayuhang lupain o iba pang lugar ang ideya ay binago ng mga tendensya ng imperyo. Ganito ang lohika ng kolonisasyon na nangyayari lamang para sa India, Africa, Latin America at Asia ay may depekto. Tulad ng pamagat ng libro napupunta, Indian Anarchy ay dahil sa India kapangyarihan ay dumating at nanirahan at hindi namin kailangang dalhin ang pasanin ng kolonyal na kahihiyan. Ito ay dahil maging ang tinatawag na mga advanced na bansa ng Pransya, Belgium, Netherlands at marami pang ibang bansa sa Europa ay sinakop ng Nazi Germany. England na kung saan ay libre sa panahon noon ay overpowered sa pamamagitan ng Vikings at Anglo Saxons paglikha ng pagkakakilanlan para sa England, Scotland atbp. Kaya kung makikita natin sa ganoong paraan India ay ang malaking ideya na kung saan ay dumating sa isang pagsasakatuparan na nagdadala ng pasanin ng napakaraming mga tao na may napakaraming wika at kultura na kung saan walang ibang bansa o kapangyarihan sa mundo ay hindi nagawa ito kahit ngayon. Europa bilang isang kontinente ang aking paborito ngunit kapag nakita natin ang European Union bilang isang kapangyarihan ng pampulitikang teritoryo ito ay pa rin fragmented, magulo sa kabila ng pagkakaroon ng mas mababang mga tao at mas maraming mga mapagkukunan. Sa pangkalahatan ay may haka haka sa ating mga Indian na kung tayo ay nagkakaisa, hindi sana tayo pinamunuan ng isang kumpanya lamang sa loob ng 190 taon. Well East India teknikal na patakaran para sa 100 taon. Gayundin ang ginawa nila talagang namuno sa buong India tulad ng alam natin. Pagpunta sa pamamagitan ng halaga ng kasakiman nagkaroon kaya maraming mga European kapangyarihan na scourged aming mga mapagkukunan. Kahit sa harap nila ay sinakop na rin ng ating mismong sistemang pyudal ang ibang bahagi ng India at nakawan. Gayunpaman, ang ideya ng dakilang European Unity ay isang panaginip pa rin at wala silang isang karaniwang puwersa o patakaran sa labas kahit na ngayon. Ang kilusan ng Brexit sa labas ng European Union ay isa sa naturang insidente na nagpapakita ng paglikha ng isang unyon ng mga estado sa kabila ng kanilang soberanya sa kultura hindi sila maaaring magkaisa. Ang pagtukoy sa sitwasyon sa Bihar ng ngayon mula sa kung ano ang mga ito sa nakaraan ay nagpapakita na ang mga estado ng India ay naroon sa pagkakaroon kahit na bago ngunit patuloy na likido higit pa kaysa sa mga estado ng bansa ng Europa na siyempre ay may mas maraming pang industriya at komersyal na karibal. Meron din kami niyan sa India pero albeit in a much more disorganized manner. Noon pa man ay naroon ang pakikipaglaban para sa isang kapangyarihang sentralisado samantalang ang Europa sa mas mahabang panahon ay nakatali sa mga natatanging kultura tulad ng mga rehiyon. Nangyari ito sa India na nagdadala sa atin sa kanluran at timog na bahagi ng India at ang kanilang pagkakaiba iba ng kultura. Darating ang bahaging iyon kalaunan kapag tiningnan natin ang iba pang mga kultura. India tulad ng alam natin ngayon ay isang bansa pa rin sa paggawa. Tingnan natin ito mula sa mga halimbawang naglalarawan na nakikita natin sa India ngayon. Tulad ng nabanggit, ang India ay hindi kailanman sinakop ng isang solong puwersa at din ang kasaysayan ng mga katutubo at ang mga tinatawag na mga tao mula sa labas ay nakuha lumubog sa isang lugar. Ito ang dahilan kung bakit kakaiba ang India bilang isang bansa. Totoo nagkaroon ng maraming mga bansa na kung saan ay lumikha bilang isang post kolonyal na proyekto at India ay isa sa mga ito. Gayunpaman, ang India ay natatangi sa paraan ng paglikha ng bansa. Ang India bilang isang bansa ay nabuo batay sa paniwala ng paglikha ng isang nagkakaisang mosaic ng kultura hindi tulad ng iba pang mga kolonisadong bansa na nagbabara sa Brazil, Indonesia, Papua New Guinea at mga bansang Aprikano na may napakalaking pagkakaiba iba ng etniko at wika. Ang USA, Canada at modernong bansang Europeo ang multikulturalismo ay hindi binibilang dahil hindi sila organikong multikultural. Ito ang dahilan kung bakit nangunguna ang India na may napakaraming populasyon at pagkakaiba iba ng kultura. Personal, ako ay isang makitid ang isip na tao na hindi gusto ng masyadong maraming ng pagkakaiba iba ng kultura ngunit mahusay sa pagtatapos ng araw bilang isang India ako ay nalilito pa rin at ilang mga beses pakiramdam pagmamalaki sa kaya magkano ng pagkakaiba iba na doon. Totoo, ang India ay nagkaroon ng impluwensya sa mga pandaigdigang gawain hindi lamang sa India kundi maging ang hinalinhan ng modernong India bilang mga hangganan nito ay hindi tinukoy sa panahong iyon. Pagbalik sa mga hangganan ito ay nagpapaalala sa akin kung saan ako nagsimula mula sa na kung paano India ng ngayon kaya naiiba at din kung bakit hindi namin talagang dalhin ang kahihiyan ng kolonyal na pamana sa halip ay kinuha namin ang sistema pasulong sa aming sariling mga kapintasan isang pagkakataon upang gawin itong mas mahusay para sa aming at higit na magandang pagbibigay ng paggalang sa matapang na dugo na bumuhos para sa aming lupa sa aming inang bayan. Ayaw kong gawing parang propaganda at jingoistic piece pa huwag nating kalimutan na ngayon at kahit sa mga nakaraang taon na walang India na hinihigop ng mga mapagkukunan at nakawan kung saan ang kakulangan natin sa pambansang kamalayan ay dapat sisihin kahit noon ay sinikap nating sumabay sa. Isinuko namin ang fabled Kohinoor ngunit hindi sumuko sa Somnath na nagsasalita ng aming pagmamataas na pamana. Ang mga indio ay nakipaglaban para sa kanilang sariling masamang sistema ng sati upang mawala ngunit tayo rin ngayon ay nakikipaglaban sa pagsalvage ng ating modernong pagkakakilanlan sa gitna ng mga lumang hamon na kung saan ang British Raj manipulated sa kanilang sariling patakaran ng divide and rule kung saan din namin idinagdag ang gasolina. Gayunpaman, ang India ngayon ay binubuo ng mga estado na kung saan ay hindi isang bahagi ng British Raj debunking ang teorya na sila ay aktwal na nakatulong upang lumikha ng India. Walang lumikha ng India. Ito ay doon bago ang modernong anyo ng ngayon lamang sa isang mas malawak na kalawakan at likido form na kung minsan ay nakakakuha ng isang pampulitika tono at isang tad nostalgic nasyonalista pakiramdam ng "Akhand Bharat" (undivided India). Si Winston Churchill na palaging hindi nagpapahalaga sa India ay nakakuha ng ilang mga katotohanan na tama tungkol sa amin lalo na malungkot ang bahagi ng katiwalian hindi na ang British Bulldog bilang siya ay kilala ay may anumang moral na kataas taasan maliban sa isang bagay. India ay hindi Balkanize isang ugali na kung saan ay doon sa mga bahagi ng Europa at Africa. Ang aming Union of India sa kabila ng panloob na squabbles at ang anarkiya ng mga kultura cohabits bilang isa ang Pew survey natagpuan magkano tulad ng hiwalay na mangkok ng pagkain na kung saan ay namamalagi malapit sa bawat isa ngunit hindi nais na ihalo tulad ng pagtunaw palayok. Ang mga resulta ay naka target para sa relihiyon partikular ngunit ang parehong ay maaaring iguguhit para sa aming mga kultura pati na rin. India lamang nagdusa ang masakit na partisyon at dalawang nalilito bansa magkano tulad ng spinoffs mula sa India sa anyo ng Pakistan at Bangladesh ay dumating tungkol sa. Ito ay kung saan ang tanong ng mosaic ng mga kultura ay dumating sa kung saan ang India ay Timog Asya aptly pinangalanan bilang Indian Subcontinent at hindi upang kalimutan ang aming mga kultural na export sa buong Indian Ocean Region na kumakalat sa iba pang mga bahagi ng Asya. Ang ideya ng India ang dahilan kung bakit kakaiba ang India. Ang pagbalik sa pagpapalawak ng kultura at ang papel ng mga modernong estado ay magsimula tayo mula sa isang internasyonal na kababalaghan. Ang BRICS na ang ibig sabihin ay Brazil, Russia, India, China at South Africa bilang isang economic enclave ng mga umuunlad na bansa na magkasamang lumalaki at ang mga bagong nagbabagong mukha ng pandaigdigang ekonomiya ay maaari ring tingnan mula sa isang kultural na pananaw. Kung sisimulan natin ang paghahanap ng pananaw sa kultura simulan natin sa Brazil na sa sarili nito ay may maraming iba't ibang linggwistik at etniko na presensya at isang malawak na rehiyon pa rin ito ay hindi maaaring ihambing sa India. Una at pinakamahalaga, walang bansa ang maaaring ihambing sa anumang iba pang bansa ngunit pagdating sa impluwensya ng kultura at paghahambing ng mga umuusbong na ekonomiya sa mga tuntunin ng impluwensya ng kultura, ang India ay isang uri na hiwalay. Ang Russia halimbawa ay nagkaroon ng malaking imperyo at impluwensya nito sa kultura samantalang ang India ay sinalakay ng mga bansa sa Gitnang Asya. Kung kukunin natin ang halimbawa ng Kazakhstan, Uzbekistan ang kanilang mga naunang impluwensya sa kultura ay naroon na kung saan ay lumawak mula sa Russia. Gayunpaman, sa mga tuntunin ng kultura ng angkan sa pamamagitan ng mga wika ay matatagpuan mula sa India sa pamamagitan ng gitnang Asya. Pagdating sa Tsina, isa ang pinakadakilang kapangyarihang pangkultura sa Asya maging sila ay nagkaroon ng pinakamalaking kultural na pagluluwas mula sa India na kinabibilangan ng martial arts na talagang nagmula dito. Tulad ng isang beses sinabi ng isang Tsino diplomat tungkol sa India "Ito ay ang tanging bansa na kolonisado sa amin kultura para sa higit sa 2000 taon nang walang isang solong sundalo invading sa amin". Ito mismo ay nagpapakita sa amin na kung anong uri ng mga kultural na export ay doon mula sa India. Ang isang tunay na multikultural na bansa pagdating sa India ay maaaring ihambing sa South Africa. Ang bansang bahaghari ayon sa pagkakakilala ay mas maliit kaysa sa India na may mas mababang populasyon ngunit ito ay may maraming pagkakaiba iba ng kultura at wika. Ngayon ang tanong ay bumaba sa impluwensya ng South Africa at India. Pareho silang mga multicultural at diversity oriented na bansa subalit pagdating sa India ang impluwensya ng India ay nakarating sa South Africa bagaman sa anyo ng pulitika sa pinakahuling panahon. Ito ang dahilan kung bakit India na kung saan ay nagmula sa kanyang sarili sa isang pulutong ng iba't ibang mga paraan patuloy na kung saan ay nagdudulot sa kultura at kung paano ito enriches India sa kabila ng kaguluhan mayroon kami. Ngayon ay bumabalik sa tanong ng papel ng mga estado at kung paano sila gumanap ng isang papel sa Indian sa paraan ng paglikha ng modernong bansa estado sa pamamagitan ng magulong proseso ng mga pagbabago ng mga estado sa bagong paraan ng kaguluhan paghahanap ng isang proseso ay kung ano ang gumagawa ng India. Halimbawa natin ang Maharashtra na nakahiga sa kanluran ng India at kung bakit at paano ito gumanap sa sarili nitong paraan ng pagtukoy sa India. Ito ay maaaring tinukoy bilang ang paglalakbay ng isang estado na kung saan ay gaganapin ang kanyang tunay na soberanya at ay isang itinatag na kapangyarihan parehong sa marine pati na rin ang hukbong lupa mula sa isang mahabang panahon, Ito ay kung ano ang isa sa mga simula point ng India sa anyo ng kultural na landscape. Ang Maharashtra ay nagbago sa paglipas ng panahon at ito ang dahilan kung bakit ito ay isa sa mga halimbawa na tumutukoy sa India sa paraan ng paglikha nito bilang isang bansa bago at pagkatapos ng panahon ng napakaraming iba't ibang mga patakaran. Si Maharashtra ay dumating sa paraan ng pagbuo bilang nation state sa mga naunang panahon sa paglikha ng imperyong Maratha na tumatanggi sa mga puwersa ng mga Afghan at kalaunan ay Mughals habang kumakalat ang kanilang bakas ng paa sa iba pang mga bahagi ng India. Subalit ang Maharashtra ngayon ay napakaiba sa iba pang mga bersyon nito na kilala na kinabibilangan ng halimbawa ng Gujarat na ibang entidad ngayon. Huwag ding kalimutan na ang Maharashtra at ang kahalagahan nito sa kultura ay namamalagi sa paraan ng pagbabago nito sa sarili sa panahon ng kolonyal pati na rin kung saan maraming bahagi nito ay nasa ilalim ng iba't ibang mga pinuno.

Gayunpaman, ang Maharashtra ay nagbago at lumipat kasama bilang isa sa mga iconic na estado na maaaring mismo ay tinatawag na isang iba't ibang entity tulad ng iba pang mga estado sa India. Ito ang nagbibigay kahulugan sa India bilang isang bansang patuloy na nagbabago. Kung titingnan natin ang mapa ng India na mukhang halos isang jigsaw puzzle ang patuloy na nag evolve at nagpayaman sa mundo. Tulad ng nabanggit kanina, ang Maharashtra ngayon ay nagsilang ng Gujarat na sa sarili nito ay nagdadala ng sariling pasanin ng kasaysayan at pamana. Ito ang dahilan kung bakit ako ay nagsimula sa pamamagitan ng pagbanggit na ang India ay hindi nagdadala ng kahihiyan ng kolonisasyon habang patuloy kaming pinapaalalahanan. Ang India ngayon ay may mga estado sa Hilagang Silangan pati na rin ang Goa, Pondicherry, Daman, Diu, Dadra at Nagar Haveli na kung saan ay alinman sa independiyenteng teknikal o nasa ilalim ng mga kapangyarihan na tumutukoy na ang India ay hindi ang paraan na alam natin ito. Ang rehiyon na kung saan napupunta sa paggawa ng India ay patuloy na umuunlad maging ito sa pamamagitan ng paglikha ng mga bagong estado o pagsasama ng mga bagong estado tulad ng Sikkim. Ang kalawakan ng kultura ng India ay naroon sa isang patuloy na nagbabagong format tulad ng nabanggit nang mas maaga sa anyo ng mga estado ng North Eastern Indian tulad ng Assam, Meghalaya, Nagaland, Arunachal Pradesh, Manipur at Mizoram kung saan ang impluwensya ng Britanya ay palaging hinamon. Hindi na lang sa kwento ng iba pang mga kolonyal na pag aari tulad ng mga nabanggit kanina na nasa ilalim ng pamamahala ng mga Portuges. Napakaraming iba pang kapangyarihang Europeo na dumating sa India katulad ng kontinente ng Africa upang lamunin ang ating mga yaman. Subalit sa kabila ng pang aapi ng mga dayuhan na kung saan ay naroon ang impluwensya ng kultura ng India ay palaging iginagalang kahit na ng mga Europeo mula sa Max Muller hanggang kay William Jones at marami pang iba. Ang impluwensya ng mga Indian Vedic writings ay kahit na matatagpuan sa popular na Japanese Manga at Anime kultura ng ngayon. Ang paglikha ng modernong India ngayon ay binubuo ng kolektibong karanasan ng napakaraming siglo. Ito ay nalalapat din sa mga estado sa paraan na hawak nila ang kanilang sariling karanasan, gaganapin sa sarili nito o nagbago para sa mas mahusay o mas masahol pa. Isa ang Maharashtra sa naturang halimbawa at sa ganitong paraan makikita ang India ngayon. Ito ay kung saan ang India ay napaka natatangi bilang isang kultural at heograpikal na entidad na nagdadala sa kanyang sarili ng napakaraming mga pagbabago na kung saan lamang ng ilang mga bansa na kasing laki ng India at kasaysayan bilang populated tulad ng India ay maaaring mag claim. Ito ang dahilan kung bakit iba ang konsepto ng India kaysa sa patuloy nating sinasabi na ito ay hango sa kolonisadong mundo. Kaugnay nito hindi natin dapat kalimutan na ang India ay nilikha ng isang Indian sa anyo ng Sardar Patel ang ating mismong Iron Man o Bismark ng India. Pinag isa at nakuha niya ang mga bahagi ng Hilagang Silangan ng India batay sa mga kasunduan na isinagawa na sa mga Briton o sa hiwalay na negosasyon. Ang ideya ng India ay samakatuwid ay ang isa kung saan ang Maratha empire na gaganapin sa paglaban sa British intensyon para sa isang mahabang panahon bago bumabagsak na hiwalay ay isa India. Samantalang ang estado ng Maharashtra mula sa Mahagujarat ay bahagi rin ng isa pang India. Ang estado ng Maharashtra ngayon ay isa sa mga nangungunang tagapag ambag ng GDP ngayon. Hindi nito inaalis ang katotohanan na kung paano Marathas ng mga nakaraang taon sa komunidad ng Marathi ngayon sa India ay inukit ang kanilang sariling pagkakakilanlan sa kultura. Sa gitna ng lahat ng ito, ang India ay nanatili mula sa isang panahon bago pa man at lumipat sa isang Union of India na ngayon ay isa sa mga pinaka pluralistic na lipunan sa mundo. Ang mga bansang Aprikano ay may napakaraming pagkakaiba iba at gayon din ang maraming iba pang mga bansa tulad ng Papua New Guinea, Indonesia o Nigeria bagaman alinman sa pamamagitan ng populasyon o ayon sa laki ng lugar ayon sa pagkakabanggit para sa mga bansang Aprikano o ang mga nabanggit sa itaas ay maaaring lumampas sa pagkakaiba iba ng kultura ng India. Maliban sa USA, Australia na kung saan ay may maraming mga wika at mas malaki sa laki ay kailangan pa ring tanggapin ang sheer populasyon at kultural na pagkakaiba iba ng India na kung saan ay humongous sa gargantuan populasyon. Walang sinuman ang hindi maaaring ipaliwanag na kung ano ang gumagawa para sa India sa isang tiyak na paraan. Ito ang kagandahan ng India pati na rin ang lakas at kahinaan nito. Ang India ay tulad ng African Union o European Union na may isang pagbubukod lamang na walang solong bansa sa alinman sa Europa o Africa ay kasing laki ng India. Gayundin huwag nating kalimutan kapag tinatalakay natin ang tungkol sa India pagkatapos ay kailangan din nating tingnan ang lawak ng India at ang impluwensya nito sa buong globo Kaya kung saan magsisimula tayo magsimula tayo mula sa kultura ng Punjab. Kilala bilang pusod ng hilagang India, ang estado ng Punjab mismo ay nakaharap sa mga pananakop ng kultura mula sa iba't ibang bahagi ng mundo. Punjab ngayon sa sarili nito ay pampulitika nahahati sa buong dalawang bansa kamakailan konektado sa pamamagitan ng Kartarpur corridor para sa banal na pagbisita. Ngayon kung babalikan natin ang kasaysayan Punjab ay nilikha sa pamamagitan ng ilang mga paglipat na nangyari mula sa labas pati na rin sa loob ng India. Ito ay upang tukuyin ang panlabas na migrasyon nang hindi nakukuha sa mga detalye ng mga kontrobersiya ng pandarayuhan ng Aryan. Ang mayamang pamamaraan ng pagsasaka ng mga taong iyon na may kaugnayan sa kabihasnang Indus Valley. Ito rin ang Punjab na nagkaroon ng malaking papel sa imperyong Maurya at Gupta. Ito ay ang parehong estado na mula sa mga oras ng mahusay na kultural na pagsalakay mula sa iba pang mga bahagi na kinabibilangan ng koneksyon ng Afghanistan at Greece sa pamamagitan ng estadong ito parehong sa mga tuntunin ng mga bloodlines pati na rin ang kultural at pampulitikang impluwensya. Ang Punjab ding ito ay nag ebolb sa Middle Ages mula sa impluwensya ng pamamahala sa ilalim ng mga kapangyarihan ng Delhi ng mga pinuno ng Turkic pati na rin ang impluwensya ng Mughal papunta sa rehiyon ng hindi nahahati na Punjab. Lahat ito ay bumababa sa tanong kung saan nagsimula ang simula ng pahinang ito. Ang Afghanistan ay may napakahalagang koneksyon sa India sa pamamagitan ng Punjab at ang impluwensya ay mula sa magkabilang panig. Ito ay kung paano ang tanong ng koneksyon ay maaaring maitatag mula sa India sa iba pang mga bahagi ng mundo ay itinatag. Ang Punjab at ang ebolusyon ng kultura nito ay dumating sa anyo ng paraan ng pagkakalantad nito sa impluwensya ng dayuhan at pati na rin ang nag ambag sa kanilang pagpapayaman. Ang patuloy na ebolusyon ng mga tao ay dumating sa anyo ng paraan ng India ay nagkaroon ng pakikipag ugnayan sa buong mundo. Ang parehong hold true para sa paraan ng iba pang mga bansa ay umunlad. Sa gitna ng lahat ng ito, Punjab bilang isang estado sa core ng North India at mabigat na migration at transit ruta na may mga impluwensya mula sa mga Griyego, Afghans nagbigay ng kapanganakan sa sistema ng isang cocktail ng mga kultura na kung saan Punjab bilang alam namin ngayon ay umunlad. Ang relihiyoso at ang martial glory ng estado ng Punjab ay dumating mamaya sa matigas na paglaban mula sa matapang na komunidad ng Khalsa na nabuo. Ang pakikipaglaban laban sa mga Mughal at ang tiranya ni Aurangzeb ay nagbigay ng hiwalay na panuntunan para sa Punjab ngunit kung huhukay tayo sa pagkain at ang impluwensya ng kultura sa mga tuntunin ng musika, lipunan pagkatapos ay ang mga linkages sa Afghanistan pati na rin ang Iran ay maaaring iguguhit. Hindi lamang ang mga diaspora ng Punjabi ay nanirahan sa Canada o UK, Australia at USA sa malaking bilang kahit na ngayon ang mga mula sa Punjab sa anyo ng komunidad ng Sikh ay nanirahan sa Afghanistan at Iran ay nagpapatotoo sa mga paglalakbay sa relihiyon na kinuha ng mga pinuno ng relihiyon ng Sikh. Ang kanilang mga pagsisikap laban sa mga pwersa ng mga Afghans bago at sa panahon ng kolonyal na panahon ay nagmamarka ng katapangan pati na rin ang kabaitan ng mga Punjabi o partikular na ang mga sundalong Sikh at ang kanilang kaharian na inukit ang pagkakakilanlan ng estado. Ito ay bago ang pagdating ng kalayaan pakikibaka kung saan masyadong ito ay nilalaro ng isang pangunahing bahagi post ang pagpanaw ng Maharaja Ranjit Singh pagbibigay sa amin Bhagat Singh bilang isa sa mga pinaka acclaimed pangalan sa gitna ng maraming nagsisimula mula sa Ghadar partido mismo at hindi upang kalimutan Lala Lajpat Rai at Sardhar Udham Singh na ang matapang na exploits at pagkamakabayan ay dinala sa reel buhay kamakailan. Ang India ay noon pa man ay parang isang malaking fair kung saan ang iba't ibang kulay at ang mga lasa, tunog at musika ay pumapasok upang lumikha ng kung ano ang ating perceive bilang India. Ang koneksyon ng impluwensya ng India ay naging sa buong mundo at gayon din ito ay nakatanggap ng impluwensya sa kultura mula sa buong mundo. Habang tinitingnan natin ang Kashmir na lumilipat sa kabila ng rehiyon ng Punjab kasama ang Jammu kasama ang impluwensya ng Hindu, Sikh, Dogras at ang impluwensya ng Islam ang lahat ay matatagpuan. Maharaja Ranjit Singh sa Raja Hari Singh ang impluwensya ng mga Indian Kingdoms sa huling yugto ng mga dakila at ang mayaman pati na rin ang iba't ibang kasaysayan ng Jammu at Kashmir. Pinakamahalaga magkano tulad ng Punjab ang ideya ng Jammu at Kashmir ay nakatanggap ng maraming mga kultural na kilusan at mga impluwensya mula sa mga rehiyon ng Afghanistan, Iran at Gitnang Asya. Habang ang kasalukuyang estado ng Jammu at Kashmir ngayon ay nakatayo para sa mahusay at mapait na karibal sa pagitan ng India at Pakistan gayunpaman ang paglalakbay sa kultura nito ay isang ipinagmamalaki na patotoo sa malawak at magkakaibang kultura ng Jammu at Kashmir. Nakita nito ang paglalakbay sa kultura kung paano nabuo ang iba't ibang estado ng India ngayon batay sa batayang linggwistika ay sa katunayan ay may sariling natatanging paglalakbay sa kultura noong wala silang sariling buhay batay sa pagkakakilanlan ng wika. Ang iba pang dalawang estado na kinabibilangan ng isang bagong nabuo Uttarakhand mula sa Uttar Pradesh at Himachal Pradesh ay nagdadala din sa amin sa ideya kung paano ang pangunahing ideya ng India ay nagbabago. Noon pa man ay hindi kailanman isang karaniwang punto ang sinabi ng maraming mga iskolar habang sinusubukang tukuyin ang India bagaman ito ay isang may kapintasan na argumento ngunit tiyak na hindi totoo. Ang halimbawa ng Uttar Pradesh at mula sa estadong iyon na inukit ang Uttarakhand at Himachal Pradesh ay lahat ay may kanilang magkakahiwalay na pagkakakilanlan bilang mga kamakailang estadong linggwistiko. Gayunpaman, kung babalikan natin ang mapa ng kultura ng tatlong estadong ito pagkatapos ay mapapatunayan na ang lahat ng tatlo sa kanila ay may isang napaka konektadong paglalakbay kung saan ang kaharian ng Oudh ay nagkaroon ng mga koneksyon at labanan sa mga kaharian na nakabatay sa Himachal din. Ngayon ay bumabalik sa pagdaan ng paglalakbay sa kultura katulad ng Punjab at Kashmir rehiyon ang iba pang dalawang mahahalagang rehiyon na nakapalibot sa Delhi kasama ang mga lugar tulad ng alam natin ngayon, Uttar Pradesh, Uttarakhand at Himachal Pradesh nabuo ang lugar ng hilagang bahagi ng India sa mga tuntunin ng paglipat, wika at kultural na pagbuo na nagbibigay ito ng isang hiwalay na pagkakakilanlan. Ang paggalaw ng mga tao mula sa hilagang bahagi kabilang ang modernong araw Pakistan at Afghanistan, Iran at maging ang Gitnang Asya sa pamamagitan ng mga estadong ito na nabanggit ay lumipat din sa ibang bahagi ng India. Samakatuwid, habang pagpunta bac sa Jammu at Kashmir ng ngayon ang pampulitikang buhol ng kanyang pagkakakilanlan krisis ay naging kumplikado dahil ito ay hindi Islamic o Hindu based na rehiyon ngunit sa halip ay isang kumbinasyon ng parehong. May mga espirituwal at sagradong lugar ng parehong mga relihiyon sa rehiyon na kung saan ay umunlad sa paglipas ng panahon ng mga oras at alon ng libu libong taon. Samakatuwid, sa kabila ng kuwento ng karamihan ng mga tao sa Islam sa Kashmir na pinamunuan ng isang prinsipe ng Hindu bilang huling kabanata ng isang magkasalungat na rehiyon tulad ng alam natin ngayon ang kuwento ay hindi nagsisimula doon ni hindi ito nagtapos. Ipinapakita lamang nito na kung paano salungat ang ideya ng India. Ang kamakailang kontrobersiya sa kasabihan ng India bilang isang Union of States ay dumating sa debate sa parlyamentaryo. Gayunpaman, ito ay hindi lamang tinutukoy sa konstitusyon ngunit ito ay kaya sa kalikasan tama paggawa ng India na kakaibang bansa na kung saan ay mas tulad ng isang kontinente at kilala bilang Indian Subcontinent rehiyon pa rin. Habang lumilipat kami sa iba pang mga bahagi ng hilagang India sa anyo ng Uttar Pradesh, Haryana at pagkatapos ay bahagyang hilagang kanluran kasama ang Rajasthan ang kasaysayan ng kultura nito ay nagbibigay sa amin ng isang napaka iba't ibang pagtingin sa India. Kung lumipat tayo sa kultura ng musika ng India, makikita natin na may mga pagkakatulad sa paraan ng musika na nabuo sa paraan ng iba't ibang mga anyo ngunit pagkakaroon ng isang karaniwang punto. Ang mga halimbawa ng mga estado na ibinigay sa itaas ay nagtutulak sa bahay ang punto ng Thumri, Tappa, Khayaal, Raag, Banjara at iba pang mga anyo ng musika ay may iba't ibang mga panlasa at tiyak na iba't ibang mga elemento ng musika na nakalakip sa bawat isa sa mga genre na ito. Gayunpaman, kapag nagsasalita tayo ng kasaysayan ng sibilisasyon pati na rin sa mga tuntunin ng kung paano ang mga tao ay nagbihis, ay pinamunuan at kinain ang lahat ay may mga karaniwang punto sa India. Ang mga tao ay maaaring na rin sabihin na kung ano ang kaya natatangi tungkol sa na rin sa kasong iyon ito ay dapat na tandaan na walang solong sibilisasyon maging ito alinman sa Indus o ang kabihasnan sa malalim na timog ng India na nagbigay ng kapanganakan sa napakaraming mga wika, ethnicities pati na rin ang isang pagkain ugali. Maaari mong gawin ang mga halimbawa ng Chinese, Egyptian, Sumerian, Inca, Aztec ngunit pagdating sa kabihasnan sa India na lumago hindi lamang sa mga tuntunin ng iba't ibang mga wika ngunit ang mga pagkakakilanlan pati na rin. Kung titingnan ang kabihasnang Tsino na nabanggit sa itaas ng mga wikang pamilya na lumabas noon ay nagkaroon ng malaking impluwensya ang Mandarin sa buong mundo ngunit hindi ito lumikha ng mga elementong pangkultura na lubhang nakikilala sa kabila ng nagmula sa iisang sangay. Ito ay maaari ring sinabi para sa iba pang mga lumang kabihasnan tulad ng Egyptian, Sumerian at kahit Inca, Aztec sa kabila ng huli na nagbibigay ng maraming mga katutubong wika sa South America na may sariling mayamang pamana ng wika walang alinlangan. Pagkatapos, gayunpaman kapag tinitingnan natin ang mga pagkakaiba iba ng kultura ang tanong ay lumilitaw. Bagaman hindi ako dalubhasa sa mga katutubong wika ng Amerika pa walang sinuman ang maaaring magkaila na ang uri ng mga impluwensya ng Indic ay matatagpuan mula sa mitolohiya, mga salaysay ng kultura na nagmumula sa isang punto ngunit may napakaraming mga ugat na hindi kapani paniwala sa napakaraming paraan. Ngayon ang mga bahagi ng kabihasnang Indus ay matatagpuan sa modernong Pakistan. Gayunpaman, ang ideya ay upang ilagay ang ideya na ang India ay sa sarili lamang ng isang modernong entity ngunit ang malawak na kalawakan ng mga network ng kultura nito ay ipinahiwatig at sumabog sa napakaraming iba't ibang mga sangay mula sa subkontinenteng India sa iba't ibang bahagi ng India mismo at sa mundo. Paglipat mula sa Hilagang bahagi ng India kung titingnan natin ang Silangan at Hilagang Silangang bahagi ng India ito ay magbibigay sa atin ng isang kuwento ng ibang uri ng kultural na melange. Ito ay pagpunta sa magdadala sa iyo sa isang trail ng iba't ibang uri ng pag unawa na kung paano ang kasaysayan at ang mga elemento ng kultura hugis up. India na kung saan ay tulad ng isang lagari puzzle ay nagbibigay para sa mas kawili wiling mga pag unawa kapag tinitingnan namin ang silangan at hilagang silangan. Karamihan sa pagtuon sa pag unawa sa mga setting ng kultura ng India ay nakaligtaan ang mga rehiyong ito at kung paano at bakit ito gumaganap ng isang mahalagang papel sa paglikha ng India sa paraan na alam natin ito. Samakatuwid, ang kaleidoscope ng kultura ng India ay kailangang makita at nakatuon mula sa mga rehiyong ito kung saan ang relihiyon, kultura at ang kasaysayang pampulitika ay naimpluwensyahan hindi lamang mula sa hilaga ng India, kanluran ng India kundi mula sa mga silangang bahagi sa kabila ng India nang hindi nakakalimutan ang katimugang bahagi ng India masyadong. Sa ganitong paraan ang genetic make up ng mga tao ng hilagang silangan India ngayon ay katulad ng mga ugat ng kultura ng Timog Silangang Asya. Ang ideya ng pag unawa sa papel ng rehiyon sa silangan at hilagang silangan ay nagbibigay sa amin ng larawan na kung paano nagsimulang magkaroon ng hugis ang rehiyonal na dinamika ng India sa bahaging ito. Kaya lets start with Bengal as Bihar at ang kasaysayan ng kultura nito ay naantig kahit mababaw kung saan maaari tayong makabalik muli. Ang Bengal bilang isang estado ay nagkaroon ng mas mamaya pagkatapos ng kalayaan ngunit ang proseso ng kultura nito bilang isang estado ay naroon mula sa gayong mahabang panahon. Ang paghahalo ng iba't ibang elemento sa Bengal sa bahaging ito ng India ay naroon mula sa napakahabang panahon. Maaari itong masubaybayan mula sa panahon ng mga sultan ng Delhi mula mismo sa dinastiyang Alipin hanggang sa Khilji's at ang Tughlaq's hanggang sa ang nawabs ng Bengal ay naging malaya sa impluwensya ng Delhi sa mga taon sa paligid ng kalagitnaan ng 1700's. Kaugnay nito ang estado ng Odisha na alam natin ito tulad ngayon ay may patuloy na pagkakaroon ng kultura ngunit hindi naroon bilang isang hiwalay na estadong linggwistik. Sa kabila ng lahat ng ito ang mapa ng kultura na humuhubog sa silangang bahagi ng India ay nagkaroon ng sariling paglalakbay. Dito nagsimulang maganap ang unang ugat ng pagsalakay ng mga Europeo. Ang isa sa mga pinakamahalagang ruta ng kalakalan para sa mga Europeo ay nagsimula dito.

Umunlad ang Bengal, Bihar at Odisha kahit magkasama sila bilang isang lalawigan. Ito ay may pagkamayabong ng lupa pati na rin ang likas na yaman. Subalit kung titingnan natin ngayon pagkatapos ay makikita natin na ang India kapag nakita mula sa mga rehiyong ito maging ito sa agrikultura o pang industriya na output ay may maraming nais na. Kahit na ang rehiyon ng Bengal ay dumating up sa ranggo sa mga tuntunin ng output ng produkto para sa agrikultura kumpara sa mas maliit na mga sakahan naroroon sa rehiyon. Ito ay kung paano ang rehiyon ng Bengal pa rin ang humahawak sa maunlad at matabang rehiyon tag sa kabila ng pagtaas ng pag aalala ng mga epekto ng pagbabago ng klima. Ang kuwento ng India ay may mga kontradiksyon at paghahambing din. Sa usapin ng agrikultura pati na rin kung makikita natin ang ibang bahagi ng India tulad ng Punjab, Haryana na may sariling hamon upang maging wheat basket ng ating bansa. Ang mga rehiyon ng silangang bahagi ng bansa ay palaging isang mainit na lugar ng kalakalan mula sa isang napakatagal na panahon bagaman pagdating sa administrasyon kung kukunin natin ang mga estadong ito nang indibidwal pagkatapos ay nakikita natin na ang karamihan sa mga estado ay nakaharap sa deindustrialization o paghihirap mula sa isang mahabang panahon. Ang average ay mas mataas kaysa sa pambansang average sa mga tuntunin ng kahirapan pati na rin ang kawalan ng trabaho o disguised kawalan ng trabaho. Bagaman ang mga estado tulad ng West Bengal at Odisha kabilang ang kahit Bihar ay gumawa ng ilang mga hakbang sa pagwawasto. Medyo matatag ang panlipunang pamumuhunan sa Odisha at West Bengal bagaman ang katiwaliang pampulitika at hooliganismo sa West Bengal na patuloy na dumarami mula sa panahon ng Kongreso hanggang sa rurok sa ilalim ng Komunistang pamamahala na patuloy ang impluwensya nito kahit ngayon sa ilalim ng kasalukuyang rehimen. Ang lahat ng ito ay humubog sa lacklustre silangang rehiyon ng India na nag ambag din sa cut off north eastern India din hindi lumago pati na rin sa kabila ng katotohanan na ang mga patakaran ng pamahalaan ay hindi rin nakatuon sa pag unlad sa rehiyon. Kaya, napagtanto namin na ang India ay kailangang makita mula sa mga phase na nakatuon sa oras. Sa isang punto ng panahon ang silangang rehiyon ng India ay mayaman sa tela, pagkain, pampalasa na mayroon ito hanggang ngayon ngunit ang bilis ng industriyalisasyon na nakuha sa silangang bahagi ng India mula sa panahon ng kolonyalismo ay nawala. Ang kalakaran na ito ay naaresto lamang ng Odisha na may matatag na pamumuhunan at pagpapabuti ng lipunan sa isang napaka mahirap na estado na ngayon ay gumagapang sa ranggo ng Indian state development index bagaman ang isang pulutong ay naiwan na nais. Samakatuwid, ang tanong ng paglipas ng panahon at ang impluwensya nito sa mga rehiyon ng silangang bahagi ng India ay hindi mahuhulaan. Ang Bengal ay nagdusa mula sa pampulitikang dilemma at Bihar ay palaging nawala ang alindog bilang isang modernong estado mula sa kanyang nakaraang kaluwalhatian salamat sa casteism at regressive pampublikong mga patakaran. Ito ay para lamang sa estado ng Odisha na isang tanglaw ng pag asa at ang bagong Bengal na sinusubukang i project ang sarili bilang isang pang industriya friendly na estado. Ang tanong ay maaari itong pagtagumpayan ang magulong kasaysayan ng pulitika ng India na kung saan ay may epekto sa kanyang industriyalisasyon mula sa isang napakahabang panahon sa susunod na libro.

Relasyon ng India at Africa: Isang sitwasyon ng Win Win na hindi pa dapat alagaan

Panimula sa India - Africa relations: Ang relasyon sa pagitan ng India at Africa ay mula sa isang napakatagal na panahon. Ang India at Africa ay may kasaysayan sa pakikipagkalakalan na may kaugnayan sa mga pampalasa, ivory at iba pang mga item na kung saan ay ipinagpalit sa pagitan ng dalawang bahaging ito ng mundo. Ang India at Aprika sa panahon bago ang kolonyalismo ay nagbahagi ng isang karaniwang imperyo sa anyo ng "Nawab" (emperador) ng Sachin at Janjira sa India sa panahon ng medyebal. Ang kalakalan sa pagitan ng India at Africa noong panahon bago ang kolonyalismo ay mayroon ding aspeto ng kalakalan ng tao sa anyo ng mga alipin. Gayunpaman, ang aspeto ng relasyon sa panahon bago ang kolonyalismo ay walang elemento ng isang panig na paggamit ng mapagkukunan. Ganyan napanatili ng India at ng mga imperyong Aprikano ang kanilang relasyon sa relasyong reciprocal. Ang mga mapagkukunan at ang paggamit ng ibinahaging relasyon ay lumikha ng isang bono. Kung hindi sa mga tao sa aspeto na iyon ang elitistang uri ng relasyon ay nakabatay sa paghanga sa isa't isa, paggalang. Pagkatapos ay dahan dahan na dumating ang mga panahong kolonyal sa eksena. Ang isang kasaysayan ng kolonyal na kahihiyan ay gripped parehong Africa at India. Ang panahon ng kolonyal na pamamahala na kung saan ay nakuha ang mga mapagkukunan mula sa magkabilang bahagi ng mundo ay lubhang paralisado rin ang pagbuo ng malayang daloy ng impormasyon. Ang relasyon ng dalawang bahagi ng mundo ay ginamit para sa kolonyal na pagsasamantala ng mga kolonyal na kapangyarihan. Yamang tao, likas na yaman ay nakuha lahat at ang mga panganib ng pang aalipin ay nakakaapekto sa dalawang bahaging ito ng mundo. Sa gitna ng lahat ng ito ay dumating ang paglitaw ni Mahatma Gandhi na naramdaman ang sakit ng pagiging isang kolonyal na paksa sa Africa mula sa isang kolonisadong bansa mismo. Ang ideya ng karaniwang pakikibaka at ang bilis ng paggalaw para sa mga karapatan ay nakakuha ng bilis. Ang karaniwang bono ng pagiging nakatali sa kahihiyan ng kolonyal na dominasyon ay minarkahan ang ika 19^{at} 20 ang siglo sa isang mas malaking konteksto. Ito ang ibinahagi na pamana ng dalawang sinaunang kultura at kabihasnan. Pagkatapos ay lumitaw ang panahon ng post colonization na kung saan ay lumikha ng isang bagong pattern ng relasyon sa relasyon sa pagitan ng India at Africa huli 20th siglo pasulong. "Ang bagong pangitain ng India na isang lider ng third world o ang grupo ng mga umuunlad na bansa sa ilalim ng Non Aligned Movement, ang mga bansa ng G 77 ay unti unting sumasalamin sa kontemporaryong panahon" *(Madsley and McCann 2010).* Ang India ay naghahanap upang madagdagan ang presensya nito sa Africa. Ang Tsina at India ay may bagong labanan na lumalaki sa mga tuntunin ng ego at ang prospective ng power projection sa mas malambot na aspeto. Ang tanong na lumilitaw ay kung ang India ay naghahanap upang gumuhit ng relasyon sa Africa sa isang bagong canvas. Ang India ay walang alinlangan na sinubukan upang madagdagan ang pakikipag ugnayan nito sa Africa post colonization. Kabilang doon ang isang umiiral na tulay sa pamamagitan ng diaspora ng India sa pamamagitan ng kontinente ng Africa *(Pradhan, 2008).* Ang tanong ay lumilitaw kung ang India ay talagang naghahanap upang magamit ang Africa para sa sariling kapakanan sa halip na bumuo ng isang reciprocal na relasyon ng mga naunang panahon *(Broadman, 2007).* Ito ay susuriin sa pamamagitan ng detalyadong mga katotohanan. "Gayunpaman hindi maitatanggi na ang relasyon ng India at Africa ay kasinghalaga ng relasyon ng India China" *(Carmody, 2011).*

Umuusbong ang relasyon ng India at Africa sa bagong panahon: Ang India at Africa ay may maraming pagkakatulad tulad ng likas na yaman at kahirapan. Gayunpaman kung ano ang ginagawang kawili wili ang relasyon ay ang India ay itinuturing ngayon bilang isang bagong kapangyarihan na may bagong puwersa ng globalisasyon. Ang papel ng India ay tinitingnan upang mapabuti ang sitwasyon sa buong mundo. Tulad ng nabanggit nang mas maaga ang paglaban sa Tsina sa mga tuntunin ng papel na hinahanap ng bansa na maglaro sa Africa ay napakahalaga. Ang teknolohikal na pakikipagtulungan ay nangyayari na sa mga bansa tulad ng Senegal, Kenya atbp (*Mohan, 2006*). Ito ang paraan na tinitingnan ng bagong power bloc sa anyo ng India at China ang paggamit ng Africa. India sa aspeto na ito ay may upang maging maingat na hindi lumabas bilang isa pang kapangyarihan na naghahanap para sa "Scramble ng Africa". Ang kahanga hangang relasyon sa pagitan ng India at Africa batay sa mga lugar ng ibinahaging pamana at lumang panahon ay pinalakas ng mga pinuno tulad nina Gandhi at Mandela sa kanilang mga kahanga hangang halimbawa ng mapayapang pakikibaka laban sa mga maniniil ng imperyo. Ang mga oras ay nagbabago ngayon para sa pakikipagtulungan upang madagdagan at isama ang mga bagong lugar ng espasyo, edukasyon at teknolohiya pati na rin. Ang mga ideya para sa pakikipagtulungan ay isa sa mga pangunahing paraan na maaaring tumingin ang India at Africa upang makisali sa pagtatrabaho sa pagbuo ng kooperasyon ng Timog Timog. Ang ideya ng India ay talagang isang mapagkawanggawa na kasosyo sa Africa ay naroon sa pagbibilang mula sa **Delhi** *(Alden at Viera, 2005)*. Ang pagkabalisa at ang pag aalinlangan ng mga Aprikano sa kung paano ang India ay naghahanap upang magamit ang relasyon sa isang proxy battle field para sa power projection nito ay isa sa mga centrifugal point. Ang proyekto ng India na kung saan ay higit pa sa mga teknikal na aspeto at sumasaklaw sa softer pananaw sa kooperasyon ay mahalaga. Ang India ay nagsimula na ng isang programa na kilala bilang TU-9 na sumasaklaw sa pagbibigay ng tulong para sa mga bansang mas mababa sa Africa sa pag-unlad ng imprastraktura, mga linya ng kredito at pag-uugnay ng impormasyon. Ito ay napakahalaga upang kontrahin ang Chinese mabigat na pamumuhunan sa Africa at din paggamit ng mga mapagkukunan ng paggawa partikular mula sa China Gayunpaman hindi ko nais na ituro na ang mga pamumuhunan ng Tsina ay walang halaga sa Africa. Sa katunayan ang punto ng view i nais na dalhin pasulong ay na parehong Tsina at Indya o **"Chindia"** tulad ng maraming gustong ilagay ito ay maaaring bumuo ng isang mas malaking axis ng kooperasyon sa Africa *(Martin, 2008)*. Ito ay maaaring markahan ang simula ng isang mahusay na relasyon. Gayunpaman sticking sa konteksto ng kung paano Indya ay naghahanap upang hubugin up ang relasyon pattern ng Africa ay mapanlinlang. Sa isang banda ang India ay nagbibigay ng mas malambot na mga mapagkukunan ngunit mayroon ding responsibilidad na itaas ang mga moral na halaga nito sa mga tuntunin ng hindi paglalakad sa parehong landas tulad ng mga nauunang kolonyal na mang aapi. Ang India ay nakatayo sa isang natatanging posisyon ng pakikipaglaban sa labanan kasama ang Africa laban sa pandaigdigang pagkakaiba bilang parehong maaaring makiramay sa bawat isa *(Hill, 2003)* India pagiging isang tumataas na kapangyarihan na may mas malaking responsibilidad tiyak na dapat panatilihin ito sa isip.

Relasyon ng India at Africa sa ilalim ng multilateralismo: Ang bagong relasyon sa pagbuo sa pagitan ng India at Africa ay napunta sa isang bagong ruta **sa pamamagitan ng multilateralismo**. Kabilang sa mga halimbawa ang paglikha ng mga bagong diplomatikong larangan sa mga bansa tulad ng South Africa na sumali sa India at Brazil sa mga platform tulad ng India, Brazil at South Africa (**IBSA**) *(Dunn & Shaw, 2001)*. Ito ang simula ng bagong pagbuo ng diplomatic axis na maaaring dagdagan ang paggana ng axis ng India *at Africa (Bowles et al 2007)*. Sa katunayan ang kumpetisyon para sa pag unlad at kooperasyon sa Africa sa pagitan ng Tsina at India ay nagkakaroon ng bagong anyo sa pamamagitan ng multilateral na pakikipag ugnayan. Hindi rin dapat tingnan ang India at Africa bilang isang kontinente bilang isang bilateral na pakikipag ugnayan. Ang mga ideya ng pagtingin sa bagong kooperasyon ng Timog Timog ay nagkakaroon ng mga bagong anyo sa paglitaw ng multilateral na aksis. Ang **BRICS PLUS** ay isang bagong konsepto kung saan isinasaalang alang din ang iba pang mga bansa sa Africa tulad ng Egypt at Nigeria *(Goldstein, 2007)*. Ito ang magiging simula ng isang bagong estratehikong pakikipag ugnayan at kung paano ang financing at ang mekanismo ng pagpopondo para sa pag unlad ay maaaring mangyari mula sa isang maramihang pinagmulan. Iyon ang susi para sa bagong pag unlad na maganap sa mga proyekto para sa pinahusay na kahusayan. Ginagawa na iyan ng India mula pa noong panahon ng summit ng India at Africa tuwing tatlong taon. Bagama't ang pakikipag-ugnayan ng India at Africa ay sa pagitan ng dalawang partido subalit hindi ito dapat tingnan mula lamang sa pananaw ng Africa bilang isang kontinente. Sa konteksto ng pakikipag ugnayan sa Africa ang kontinente ng Africa ay dapat tingnan mula sa pananaw ng pagtatapos ng higit sa 50 bansa *(Cooper, 2005)*. Bawat bansa ay may kani kanilang mga tiyak na layunin at tinitingnan ang pagkalkula ng kanilang mga tiyak na layunin na nais nilang maisakatuparan. Ang India ay naghahanap upang makisali sa iba't ibang mga bansa ng Africa. Ito ay kung paano ang mga bagong patakaran ng kooperatiba pakikipag ugnayan sa Africa mula sa India ay maaaring magpakita sa hinaharap. Ito ang bagong pag iisip at ang paraan ng paglikha ng balangkas para sa pag unlad ng kooperasyon ng Timog Timog kung saan ang pangitain ay dapat na nakatuon sa axis hindi lamang sa antas ng bilateral kundi sa mga antas ng pakikipag ugnayan sa iba pang mga umuusbong na bansa pati na rin *(Shaw, 2007)*. Ang India ay naghahanap na gawin iyon sa mga bagong estratehiya ng paggamit ng iba pang mas malaking kapangyarihan sa plano nito para sa pamumuhunan sa Africa. Africa masyadong ay may mga bansa na kung saan ay umuusbong sa eksena sa mga tulad ng Nigeria, Egypt, South Africa atbp. Gayundin ang paglitaw ng mga bansa tulad ng Ghana, Kenya magbigay para sa perpektong halo ng mga pagkakataon kung saan ang India kasama ang mga bansa tulad ng Brazil, South Africa at kahit China, Japan ay maaaring makipagtulungan at ay na ginagawa ito. Tinitingnan na ng India ang pamumuhunan sa agrikultura, enerhiya pati na rin ang iba pang mga mapagkukunan mula sa kontinente para sa mga pangangailangan sa pag unlad ng parehong mga lugar. Maaaring magkaroon ng pag aalinlangan sa aktwal na motibo ng India sa pakikipag ugnayan nito sa Africa. Gayunpaman ang mga multilateral na platform tulad ng **IBSA, BRICSPLUS** at iba pang mga platform kung saan ang India ay maaaring bumuo ng isang koponan sa iba pang mga bansa ay magiging mainam na paraan pasulong para sa pakikipag ugnayan sa hinaharap.

Relasyon ng India at Africa sa hinaharap: Ang relasyon ng India at Africa ay maaaring talagang tukuyin ang 21sr century at lumikha ng isang bagong mundo ng mga pagkakataon. Mayroong isang napakalaking potensyal sa relasyon at din ang aspeto ng pagtatrabaho sa mga elemento ng smart power. Ang onus ng relasyong mabubuo ay depende sa kung paano mangyayari ang engagement sa parehong pribado at sa antas ng gobyerno. Corporate engagement ng Africa sa India ay kinakailangan na kung saan ay na ang nangyayari sa telecom, enerhiya pati na rin ang iba pang mga sektor. Ang India ay may responsibilidad na mamuhunan sa Africa sa tunay na kahulugan ng kooperasyon ng Timog Timog *(Cox, 1996)*. Ang pamumuhunan ng pamahalaan ng India at ang mga pribadong kumpanya sa Africa ay dapat na lumawak sa teknikal na kooperasyon. Ang mga lugar ng kooperasyon ay maaaring siyempre isama ang pagtatrabaho sa pagtatanggol at mas mataas na teknolohiya tulad ng espasyo, gamot at agrikultura atbp. Kailangang mag ingat ang India sa gitna ng lahat ng mga pagkakataon para sa pakikipagtulungan na hindi ito dapat sumipsip sa bitag ng pagiging mayabang na kasosyo. Kailangan din ng India na panatilihin sa isip na hindi ito dapat mawalan ng paningin ng mas malaking mga layunin ng pagbuo ng relasyon sa Africa sa matibay na batayan. Ito ay siyempre isama hindi lamang ang dialogue building ngunit sa katunayan naniniwala sa mas malakas na aspeto ng relasyon. Ang konteksto ng rasismo ay isa ring napaka maselan na isyu bilang African diaspora sa India ay sa kasamaang palad ay sumailalim sa mga pag atake ng lahi sa bawat ngayon at pagkatapos . Kailangan ng India na maging maingat sa ito bilang ang pagtulak para sa malambot na kapangyarihan ng India sa Africa na may Indian diaspora at makasaysayang koneksyon ay maaaring kung hindi man ay eroded. Ang hamon ng India ay upang aktwal na ibahin ang anyo ng paniniwala na ang Africa ay isang napakahalagang kasosyo sa pangitain upang lumikha ng isang bago at pantay na mundo. Ang build up ng relasyon ng India Africa sa hinaharap ay batay sa paglikha ng isang napapanatiling hinaharap para sa karamihan ng populasyon ng mundo *(Knight, 2000)*. Ang pagpuksa sa kahirapan at pagtatayo ng antas ng pamumuhay ng mga tao sa dalawang bahaging ito ng mundo na may mas magandang kinabukasan ay dapat na layunin ng kooperasyon sa hinaharap. Ang mga lumang kapangyarihang kolonyal ng Europa at maging ng USA ay nakasandal ngayon sa kanilang interbensyon sa mga tuntunin ng tulong sa ibang bansa at pati na rin ang pamumuhunan *(Joffe, 1997)*. Ito ang lugar kung saan ang paglitaw ng mga bagong kapangyarihan sa anyo ng Tsina at India ay nangyayari. Gayunpaman pinapanatili sa isip ang pamagat ng kabanata at din tulad ng nabanggit mas maaga ang onus ng India sa pag unlad nito. pamumuhunan, pakikipagtulungan at pakikipagtulungan diskarte sa Africa ay kailangang kumuha ng isang balanseng diskarte para sa hinaharap. Ang mga bansa ng Kenya. Ghana ay din mabilis na darating up sa mga tuntunin ng teknolohiya ng impormasyon at iba pang mga entrepreneurial ventures na kung saan hold ang isang napakalaking saklaw para sa Indian ventures upang makipagtulungan *(Nayar, 2001).* Hindi lamang ito isang sektor ng sikat ng araw para sa kooperasyon at pakikipagtulungan ngunit maaari ring magamit ang mga kabataan at mahuhusay na mapagkukunan ng tao mula sa magkabilang panig. Ang dinamika ng relasyon ay maaaring magbago ngunit may isang malaking pangako para sa hinaharap na dinamika ng ika $21^{\text{siglo.}}$

India bilang isang bansa tatak pagbabalanse ng mga salaysay ng pag unlad laban sa mga hamon ng mamamayan ng 21st Century global na mga isyu

Panimula:

Teknolohiya ay ang pinakamalaking laro changer sa mundo ng ngayon. Ang paraan ng ating pamumuhay sa mundo ngayon ay hinihimok at articulated ng teknolohiya. Gayunpaman, ang teknolohiya ay dynamic at hindi kailanman tumitigil sa isang partikular na junction. Ang entre human civilization ay naging kwento ng pag unlad ng teknolohiya at ng ebolusyon ng lahi ng tao kasama nito. Ang mundo ay palaging nahahati batay sa pag access sa teknolohiya. Dahil ang bukang liwayway ng sangkatauhan, ang ideya para sa pag unlad at paggamit ng pinakamahusay na mga mapagkukunan ay nagbigay ng kapanganakan sa pagdating ng teknolohikal na ebolusyon. Sa gitna ng lahat ng ito ang ating buhay ng tao ay nabago ng teknolohiya sa anyo ng mga personal na gamit maging ito ay isang telepono na ngayon ay sapat na matalino upang gawin ang lahat ng posibleng mga function na maaari mong isipin. Ito ay nagsasaad na ang teknolohiya ay tiyak na ginawa ang aming buhay mas madali at nakakaengganyo para sa karamihan ng bahagi, gayunpaman ang isa ay hindi dapat kalimutan na may mga hamon ng teknolohikal na kahusayan pati na rin. Ang teknolohiya ngayon ay gumagawa ng susunod na hakbang na kung saan ang data ay ang gasolina at batay doon, ang teknolohiya ay nagpapaigting upang gampanan ang papel sa mundo ng mga patakaran ng pamahalaan at inisyatibo sa pamamahala. Nais ng artikulong ito na itampok ang kahalagahan ng teknolohiya at pamamahala ng mga yamang lunsod lalo na sa pagsisimula ng mas matinding talakayan tungkol sa climate change, global warming atbp. Ito ay nakuha ng isang direktang koneksyon sa mataas na antas ng emisyon.

Ang enerhiya ay naging kritikal na sangkap para sa paglago at pagsulong ng anumang kabihasnan ng tao. Habang umuunlad tayo sa paglipas ng mga panahon, ang papel na ginagampanan ng paggamit ng data para sa mas mahusay na buhay ng tao ay may mga tanong, Pagkain, Kalusugan, Transportasyon ay na ang mga mahahalagang lugar na tinalakay. Gayunpaman, pagdating sa tanong ng harnessing ang pinakamahusay na posibleng paraan para sa indibidwal na output ng enerhiya, ang pamamahala ay hindi pa rin mahalaga sa karamihan ng pagbuo ng mundo. Dito nagiging mahalaga ang papel ng teknolohiya. Kaya, susubukan ng papel na ikonekta ang Pag optimize ng Pagkain, Kalusugan, at Transportasyon at Enerhiya bilang apat na haligi at kung paano maaaring maglaro ng papel ang teknolohiya sa pangkalahatang proseso ng pamamahala ay tatalakayin dito. Ang ideya ay upang bumuo para sa pag unawa na kung paano ang pamamahala ay gumaganap ng isang bahagi sa pangkalahatang lipunan ng tao at kung ano ang ginagawa ng India sa mga bagay na ito. Sa pinaka populated na bansa sa mundo sa nakalipas na ilang taon ito ay mahusay na kilala na Aadhar card, UPI ay ilan sa mga pinakamalaking laro changers na may kaugnayan sa mamamayan data management pati na rin ang pinansiyal na teknolohiya. Gayunpaman, ang pagsisimula ng teknolohiya sa mundo ng produksyon ng pagkain / agrikultura, Mga serbisyo sa pangangalagang pangkalusugan, Transportasyon at huling ngunit hindi ang hindi bababa sa Urban Energy Management ay maglalaro ng isang napakahalagang papel at naging para sa mga desisyon sa pamamahala at patakaran sa India. Mabagal ang pagbabago pero ngayon ay dumadaan na ang papel ng teknolohiya sa mga larangang ito ng pamamahala.

Nagkaroon na ng pagbabago ng paradigma ng teknolohiya at pamamahala tulad ng nakikita na ito sa mga gawa ni **Almgren & Skobelev, D. (2020).** Ang papel ay nagsasalita tungkol sa the "ikaapat na teknolohikal na paradigma (alon) (1930 1985) ay nailalarawan sa pamamagitan ng engineering ng kapangyarihan, pagmamanupaktura ng makinarya, at mga bagong sintetikong materyales at produksyon ng kagamitan sa komunikasyon, at nag ambag patungo sa mataas na dami ng pagmamanupaktura ng mga kalakal ng mamimili, armas, mga sasakyang pasahero ng motor at mga trak, mga makina sa larangan, eroplano, at sa lumalaking kahalagahan ng mga kompyuter at mga produkto ng software. Ang mga katangian ng mga tampok ng ikaapat na alon ay nakikita pa rin sa lahat, kahit na napaka advanced na ekonomiya. Ang mga sektor ng industriya ng ikaapat na alon ay ang mga kumukonsumo ng malaking halaga ng likas na yaman (kabilang ang enerhiya).

Ang ikalimang teknolohikal na paradigma ay batay sa agham ng computer, microelectronics, biotechnology, mga bagong uri ng mga mapagkukunan ng enerhiya at pagbuo ng enerhiya, genetic engineering, mga materyales, komunikasyon sa satellite at paggalugad ng espasyo. Ito rin ay isang panahon ng paglipat mula sa mga nag iisang 'stand-alone' na kumpanya sa isang magkakaugnay na electronic net ng maliliit, katamtamang laki at malalaking negosyo, na nakikipag-ugnayan nang malapit sa larangan ng teknolohiya, kontrol sa kalidad ng produkto, at pagpaplano ng pagbabago. Ang isang natatanging tampok ng ikalimang alon ay ang pinahusay na papel ng mga microelectronic component. Ang bentahe ng ikalimang paradigma ay namamalagi sa indibidwalisasyon ng produksyon at pagkonsumo, isang pagtaas sa kakayahang umangkop sa produksyon, at isang malakas na pansin sa kahusayan ng mapagkukunan.

Ang mga pinagmulan ng ikaanim na teknolohikal na paradigma ay maaaring masubaybayan pabalik sa paligid ng 2010. Ang biotechnology at nanotechnology, genetic engineering, membrane at quantum technology, photonics, micromechanics, at thermonuclear energy ay nagiging mas at mas maginoo na solusyon. Inaasahan ng mga eksperto na ang synthesis ng mga lugar na ito ay sa huli ay hahantong sa quantum computing at artipisyal na katalinuhan, at magbigay ng access sa isang pangunahing bagong antas ng pag unlad ng mga sistema ng pamahalaan, societal, at ekonomiya. Hinuhulaan ng mga eksperto na ang ikaanim na teknolohikal na paradigma ay papasok sa yugto ng maturity pagkatapos ng 2040. Inaasahang magaganap ang bagong rebolusyong pang agham, teknikal at teknolohikal batay sa mga nagawa sa nabanggit na mga pangunahing teknolohikal na lugar sa taong 2020 2025. May mga dahilan para sa paggawa ng gayong mga pagtatantya: noong 2010, ang mga bansang pinaka maunlad sa ekonomiya ay may 20 % ng kanilang produktibong kapangyarihan sa ikaapat na teknolohikal na paradigma, 60 % sa ikalima, at mga 5 % sa ikaanim. Sa kasalukuyan ay inoobserbahan natin ang istruktural na pagsasaayos ng pandaigdigang ekonomiya. Maaari naming subukan upang mahulaan ang kapanganakan ng isang bagong teknolohikal na paradigma sa labas ng IT at komunikasyon teknolohiya at bioengineering na may isang tiyak na sukatan ng nano teknolohikal na solusyon sa mahusay na binuo ekonomiya ng 'unang mundo', na sa huli ay humantong sa isang kapaki pakinabang na 'mahabang alon' ng paglago. Ang pagbaba ng presyo ng langis ay isang katangiang tanda ng pagtatapos ng 'paghahatid' na panahon; at isang bagong teknolohikal na paradigma ay lumago exponentially sa walang maliit na bahagi salamat sa isang 'diffusion' ng makabagong, mapagkukunan mahusay na mga teknolohiya at pangkalahatang produksyon enerhiya intensity pagbabawas. "

Ang ebolusyon ng teknolohiya at pamamahala sa isang coordinated na relasyon:

Gayunpaman, bago ang artikulo ay gumagalaw patungo sa bahaging iyon ng talakayan, kailangang ma remined na ang India ay nagamit na ang teknolohiya sa anyo ng pagkuha ng data para sa 1.4 bilyon plus na mamamayan nito sa anyo ng Aadhar Card. Ang sistema ay tulad ng isang social security card para sa USA ay nakumpleto sa buong India. Barring ang katotohanan ng heograpikal, demograpikong pagkakaiba iba pati na rin ang iba pang mga panlipunang kadahilanan, ang artikulong ito ay nais na banggitin ang halimbawa ng napakalaking ehersisyo na ito bilang isa sa mga klasikong halimbawa ng kung paano ang data ay nakunan at ginagamit para sa pamamahala kaugnay na mga layunin. Ito ay naisakatuparan na sa paraan ng pagpapatupad ng patakaran ng pamahalaan sa India. Ang pagkuha ng data ng mga karaniwang tao para sa kanilang mga scheme na may kaugnayan sa kapakanan ay naging isang game changer para sa milyun milyon sa India. Ito ang nagpatunay na ang teknolohiya at pamamahala ay naging mahalagang bahagi na ngayon ng ating buhay. Sa mga tuntunin ng pangkalahatang kontribusyon ng Aadhar na kung saan ay nakuha ng isang sawikain ng "Tama para sa bawat karaniwang mamamayan" ay talagang naka out na maging totoo. Mula sa wire transfer, ang mga scheme ng deposito ng pamahalaan ay naging mas madali sa mga account sa bangko na naka link sa mga numero ng card ng Aadhar. Isa sa mga mahalagang hakbang sa India ay ang pagtigil sa seepage ng mga leaks pagdating sa money transfer at sa corruption ng mga touts. Ito ay kung saan ito ay humahantong sa isang intersection at pati na rin ang tipping point ng kaugnayan sa pagitan ng teknolohiya at pamamahala ng patakaran.

Davis et al. (2012) nagsasalita sa kanilang papel na "ang pamamahala ay maaaring maapektuhan sa pamamagitan ng isang malawak na iba't ibang mga mekanismo, kabilang ang aksyong militar, paglilipat ng pondo, pagpapahayag ng mga legal na instrumento, paglalathala ng mga siyentipikong ulat, mga kampanya sa advertising. Ang iba't ibang teknolohiya ng pamamahala ay nagsasangkot ng pagbuo at paglalaan ng iba't ibang uri ng mga mapagkukunan, kabilang ang parehong materyal na mapagkukunan tulad ng pera o tauhan, at mga di materyal na mapagkukunan tulad ng katayuan at impormasyon. Iba't ibang teknolohiya din ang gumagawa ng iba't ibang uri ng impluwensya sa mga pinamamahalaan. Kaya, halimbawa, ang pag audit sa pananalapi bilang isang teknolohiya ng pamamahala ng korporasyon ay maaaring maimpluwensyahan lalo na malakas sa pamamagitan ng isang kumbinasyon ng mga legal na regulasyon at detalyadong regulasyon sa sarili, habang ang pag audit sa kapaligiran ay hinuhubog ng mga presyon mula sa isang mas nagkakalat na hanay ng mga aktor na articulating hindi gaanong detalyadong mga pamantayan. Ang mga paraan kung saan ang gayong pamamahala ay nagpapatakbo ay kadalasang napakasalimuot, na lumilikha ng malaking empirikal at mapanuring mga hamon sa mga pagsisikap na maunawaan ang mga tungkulin ng mga tagapagpahiwatig bilang isang teknolohiya ng naturang pamamahala. "

Tulad ng inilagay ni **Canedo et al (2020)** na may "mahusay na tinukoy na mga proseso ng pamamahala, ang mga organisasyon ay maaaring makakuha ng isang estratehikong kalamangan sa iba habang sistematikong sinusuri at pinahuhusay ang kanilang mga proseso at serbisyo, na humahantong sa organisasyon upang gumanap nang mas mahusay at, dahil dito, upang maging mas mapagkumpitensya. May link sa pagitan ng Information and Communication Technologies (ICT) at pinahusay na pamamahala, na nagbibigay ng isang competitive advantage para sa mga organisasyon at mamamayan. " Upang gawing malinaw ang mga bagay kung ang isang tao ay nalilito kung paano ang papel ng teknolohiya ay maaaring makita sa anyo ng Aadhar card pagkatapos ay dapat maunawaan ng isa ang mga gumagana ng sistema. Ito ay batay sa isang biometric system na nakukuha ang lahat ng data at mahirap na duplicate bagaman ang mga pekeng Aadhar ID card ay maaaring matagpuan. Gayunpaman, sa privacy na isang isyu ng tunay na pag aalala, ang pamahalaan ng India ay nagawa ring epektibong magpatakbo ng mga kampanya na may kaugnayan sa polio, tuberculosis, mga scheme na may kaugnayan sa tubig pati na rin ang iba pang mga programang pangkapakanan. Ang pagdodoble ng mga pagsisikap ay nabawasan ang paggawa ng kalabisan na mas mababa sa isang isyu at bagaman ang census sa India ay gagawin pa mula noong 2011, ang pamahalaan ay nakakuha ng data sa talaan para sa karamihan ng mga pangunahing kampanya na nais nitong gawin. Ito ay kung saan ang ideya ng teknolohiya sa anyo ng Big Data at mga kagustuhan sa patakaran ng pamahalaan ay gumawa ng isang handshake. Ang pormalisasyon ng ekonomiya ay nangyari rin sa anyo ng sektor ng fin tech na gumagawa ng mga inroads sa India. Makikita ito sa anyo ng paggamit ng mga scanner ng UPI sa buong bansa kabilang ang mga hindi organisadong sektor na nagbebenta / vendor na may sistema ng UPI. Ang pormalisasyon ng Indian banking at finance system ay nagsimulang gumawa ng mga hakbang sa pamamagitan ng pagdating ng teknolohiyang ito na may malaking papel sa pagbibigay ng pinansiyal na self sufficiency at literacy. Ito ang mga pangunahing halimbawa ng papel ng teknolohiya sa pamamahala function sa loob ng India holistically na may kailanman lumalawak na presensya.

Papel ng India sa pandaigdigang timog sa iba't ibang sektor ng teknolohiya at pamamahala

Ang unang sektor na napakalaking tulong sa mga tuntunin ng patakaran at pamamahala ay ang sektor ng pagkain. Speaking of India at ang napakaraming populasyon nito lalo na na marginalized pa rin, isa sa mga mahalagang aplikasyon para sa pamahalaan ay ang pagbibigay ng pagkain. Ang halaga ng data na nabuo, ang paggamit nito para sa programa ng pamamahagi ng pagkain ay naging napakalaking matagumpay para sa isang bansa tulad ng India. Ang paraan ng pamamahagi ng pagkain ay nangyayari sa India mula pa noong kalayaan. Gayunpaman, ang paglago ng teknolohikal na epekto ay mahalaga na isaalang alang kung ang mga interbensyon sa patakaran ay talagang gumagawa ng pagkakaiba o hindi. Sa panahon ng panahon ng mga hamon na may kaugnayan sa covid na naging makabuluhan, ang ideya para sa papel na ginagampanan ng pagkuha ng data ay hindi maaaring bigyang diin sapat. Upang makuha ang isang aktwal na data sa kung paano ang pamamahala ng data ay tapos na sa mga tuntunin ng impormasyon na nabuo at pagkatapos ay kumikilos sa mga ito ay maaaring makabuluhang mahirap. Gayunpaman, ang paunang pag unawa sa katotohanan na ang data ay maaaring maging napakahalaga para sa pagkuha ng mga pangunahing desisyon sa patakaran ay hindi maaaring makaligtaan. Ang mas naunang sistema ng palsipikado ration card at pati na rin ang impormasyon forgery ay pa rin out doon ngayon. Gayunpaman, ang antas at ang epekto ng teknolohikal na epekto ay nakabuo ng sapat pagdating sa pamamahagi ng pagkain para sa isang malaking seksyon ng mga marginalized na tao. Hindi ito maaaring makaligtaan dahil nagbigay ito ng direksyon at layunin sa aspeto ng pamamahala ng India para sa isang napakalaking populasyon na suportado ng teknolohiya.

Susunod na dumating ang sektor para sa kalusugan, kung saan ang India ay nagkaroon ng isang malaking hamon salamat sa napakalaking populasyon nito. Ang pagdating ng panahon ng Covid ay lumikha ng malaking problema sa buong mundo. Ito rin ang panahon na ang teknolohiya ay dumating sa madaling gamitin para sa crafting ng mga pangunahing hakbang na may kaugnayan sa kalusugan. Kaugnay nito ang una at pinakamahalagang isyu sa kamay ay ang paghahatid ng mga bakuna. Mahalaga ang papel ng teknolohiya hindi lamang para sa pag unlad ng mga bakuna kundi malaki rin ang naging papel sa pagdating ng data related governance sa sinumang dapat ipasa ang mga bakuna. Malaki ang naging papel nito sa pagsubaybay sa vaccination program gayundin ang bilang ng mga bakuna na nasusupply at nakukuha. Ang pagtagas ng mga bakuna ay mas mababa kumpara sa napakalaking bilang ng mga bakuna na kumakalat sa buong India. Ito ay isang game changer sa papel ng gobyerno at sa pamamahagi nito ng mga bakuna na umabot sa isang bilyong plus. Tunay ngang ito ang pinakamalaking pagtuklas ng teknolohiya para sa pamahalaan na may kaugnayan sa pagsubaybay sa mga impormasyong may kaugnayan sa pagbabakuna sa real time. Ang pagsisimula ng mga website tulad ng cowin at iba pa ay nakatulong sa mga tao na mag book ng mga appointment, pagkakaroon ng bakuna para sa mga taong may access sa online na kaugnay na impormasyon. Ito ay kung paano ang isa ay maaaring aktwal na makita ang papel na ginagampanan ng teknolohiya sa mga sandali na aktwal na threw hamon. Kaya naman mahalagang pagnilayan na ang isa pang hakbang na ginagawa ng India ay ngayon ay mga talaan ng medisina.

Ang India ay nagpapatakbo ng pinakamalaking programa sa kalusugan sa mundo sa mga tuntunin ng seguro ng gobyerno. Bawat isa sa mga benepisyaryo ay nabigyan na rin ng card. Katulad nito sa papel, kahit na ang mga pamahalaan ng antas ng estado ay naglagay ng kanilang sariling mga scheme ng seguro sa kalusugan. Mahalaga ang sektor ng kalusugan pagdating sa pamamahala ng data. Pinakamahalaga, ang data na may kaugnayan sa kalusugan ay pribado kabilang ang listahan para sa pagpapanatili ng mga karamdaman, sakit o karamdaman at kung magkano ang saklaw ng segurong pangkalusugan na may kaugnayan sa pamahalaan. Sa isang napakalaking populated na bansa na may napakaraming data na nakataya ang papel ng teknolohiya at pamamahala ay tiyak na ang isa pagdating sa pamamahala ng data at interbensyon ng patakaran ay mahalaga para sa isang sensitibong lugar tulad ng kalusugan. Ang papel na ginagampanan ng pagbabakuna, health related insurance pati na rin ang pag iingat ng mga talaan ng populasyon ay may sariling mga panganib din. Ang ideya ng teknolohiya ay hindi maaaring makaligtaan habang ang mga umuunlad na bansa ay nagsisikap na ilagay sa kanilang mga patakaran sa lipunan sa pananaw. Dito pumapasok ang ideya ng data na ginagamit para sa mga desisyon sa paggawa ng patakaran. Ang India ay nanguna sa mga pagbabago sa patakaran na may kaugnayan sa data. Ito ay kung saan ang karamihan sa teknolohiya sa mga tuntunin ng mga na customize na patakaran mula sa mga pribadong kumpanya sa pangkalahatang ideya ng pamahalaan batay sa mas malaking pangangailangan ng populasyon. Ang sektor ng Heath ay isa sa mga kamangha manghang mga kuwento ng pag unlad sa isang halimbawa kung magkano ang data ay maaaring maglaro ng isang bahagi sa sektor na may kaugnayan sa pamamahala ng isang pangunahing kaugnay na lugar ng patakaran bilang kalusugan.

Sa ibang lugar tulad ng s transportasyon at trapiko kaugnay na lugar, lalo na para sa car registration, trapiko tiket pati na rin ang toll tax playing technology ay nagsimula na upang i play ang papel. Makikita na ito sa anyo ng mga mabilis na tag na ginagamit para sa pagbabayad ng buwis sa toll. Ang teknolohiya ay dumating sa madaling gamitin upang gawing mas madali ang mga bagay para sa koleksyon ng buwis. Ang mas madaling paggalaw ng mga sasakyan pati na rin ang pagkolekta ng data na may kaugnayan sa mga paglabag sa trapiko ay ginagawang mas madali para sa pamahalaan na subaybayan ang mga sasakyan pati na rin ang iba pang mga pagbabago na may kaugnayan sa patakaran na maaaring simulan. Ito ay makikita na sa paraan nang ipakilala ni Delhi ang kahit kakaibang patakaran nito na hindi gumagana sa paraang dapat. Gayunpaman, nagkaroon ng isang tunay na lugar kung saan ang mga interbensyon sa patakaran ay maaaring gawin nang mas epektibo sa pamamagitan ng data na nakolekta at kung paano ito maaaring maglaro ng isang papel para sa teknolohikal na epekto. Hindi kailanman maidiin na ang teknolohiya ay hindi lamang limitado sa pag unawa sa mga computer, mobile phone, washing machine, water purifier atbp. Wala silang katuturan hanggang at maliban kung may impormasyon o data. Ito ay ang gasolina batay sa kung ano ang teknolohiya ay maaaring magbigay ng isang gilid at gumawa para sa susunod na hakbang sa patakaran na may kaugnayan sa ebolusyon. Ang pinakamahusay na ng patakaran na may kaugnayan sa pagpapatupad at pamamahala ay tiyak na pinayaman kapag may data upang i back up ito. Ang bawat mamamayan ay isang mekanismo ng imbakan ng data na kung saan ang mga pamahalaan ay maaaring at magkaroon upang gumana sa 21st Century na kung saan ay isang digital na libro.

Ang ideya para sa matalinong lungsod at pamamahala ng lunsod ay nakasalalay sa teknolohiya at pamamahala. Tulad ng iminungkahi ni Canedo et al (2020) na "Habang ang mga digital na teknolohiya ay maaaring mapabuti ang paglutas ng problema sa lunsod, ang madalas na pagkakahanay sa pagitan ng smart city framework at isang mas pangkalahatang ideolohiya ng teknolohiya ay nananatiling may problema, na nakakaimpluwensya sa kung paano namin iniisip, namamahala, at nakikibahagi sa lungsod. Nagbunga ito ng "matalinong mentalidad", kung saan "ang mga lungsod ay ginagawang responsable sa pagkamit ng katalinuhan —ibig sabihin, pagsunod sa partikular na modelo ng isang lungsod na may teknolohiya, berde at kaakit-akit sa ekonomiya, samantalang ang mga 'magkakaibang' lungsod, ang mga sumusunod sa iba't ibang landas ng pag-unlad, ay malinaw na nakabalangkas bilang matalinong-lihis". Ito ay kung saan ang inisyatibo ng patakaran ng pamahalaan ng India lalo na sa mga tuntunin ng inisyatibo ng matalinong lungsod ay maaaring makita bilang juxtaposition ng teknolohiya at pamamahala na darating sa isang bahagi ng pamamahala ng lunsod. Ito ay maaaring makita sa mga smart waste management cities upang ibahin ang anyo ng mga lungsod tulad ng Indore at kahit na sa iba pang mga lugar tulad ng New Town, Kolkata at Bengaluru halimbawa.

Ang ideya para sa paglago ng teknolohiya sa India ay isang bagay na talagang nakatulong sa paglabas ng maraming mga inisyatibo sa patakaran. Sa mga tuntunin ng papel na pagtingin sa papel na ginagampanan ng teknolohiya at pamamahala, ang ideya ng pamamahala ng lunsod lalo na sa mga tuntunin ng mga patakaran na may kaugnayan sa klima ay isang bagay na dapat tingnan. Ang lumalaking kahalagahan ng teknolohiya ay pinakamahalaga dito upang kontrolin at tingnan ang dami ng mga emisyon. Sa isang bansa tulad ng India kung saan ang mga emissions ng carbon ay isa sa mga pangunahing alalahanin, ang ideal na senaryo ay magiging upang magamit ang mekanismo ng kontrol para sa mga industriya, mga indibidwal pati na rin ang iba pang mga yunit na kasangkot sa paglabas. Dito ang pangunahing pag aalala para sa pag optimize ng mga mapagkukunan pati na rin ang kahusayan ng enerhiya ay maaaring dalhin sa isang mas mahusay na antas lalo na sa lugar ng lunsod. Ang mga nakaraang talakayan na may kaugnayan sa mga lugar ng kalusugan, teknolohiya, transportasyon lahat ay gumaganap ng isang papel sa kontrol ng kahusayan na may kaugnayan sa emissions na maaaring maglaro ng isang pangunahing papel sa pamamahala na may kaugnayan sa paglikha ng mga smart urban na lungsod. Ang pagpaplano sa hinaharap ng mga matalinong lungsod ng India ay gumagawa ng mga hakbang ng sanggol upang bumuo ng isang eco system at isang kapaligiran sa lunsod na binuo sa ideya ng isang enerhiya na mahusay na lungsod. Ito ay nagsasangkot ng pagbuo ng isang sistema na friendly sa kapaligiran na maaaring aktwal na bumuo sa teknolohiya para sa isang enerhiya mahusay na sistema. Karamihan sa mga moderno at advanced na mga lipunan sa lunsod ay gumagamit na ng kapangyarihan ng kahusayan ng enerhiya na isang mahalagang hakbang para sa teknolohiya ng pakikipagtulungan at pamamahala.

Ang mga lungsod ng India ay may napakalaking hamon na dumarating sa pagtaas ng temperatura ng mundo, hindi nakaplanong urbanisasyon at hindi mapigilan na paglabas. Upang gawing mas mahusay ang mga bagay para sa pamamahala ng lunsod lalo na sa mga bagay na may kinalaman sa pagbabawas ng polusyon at pagkontrol sa emisyon ay kakailanganin nito ang napakalaking paggamit ng teknolohiya. Makikita na sa paraan kung paano nailagay ang mga pollution purifier. Ito ay inilagay batay sa data na nakolekta batay sa mga data na may kaugnayan sa mga emisyon. Mahalaga para sa pamamahala ng lunsod lalo na mula sa mga lokal na antas ng paggawa ng desisyon sa paggawa ng patakaran upang ipakilala ang teknolohiya. Ang aspeto ng pamamahala ay darating batay sa isang tamang pag unawa sa kahalagahan ng data. Ang mga teknolohiya sa anyo ng pagkontrol ng mga air conditioner, electric cars, iba pang mga amenities sa anyo ng mga escalators, lifts ay lahat ng bahagi ng isang lipunang lunsod. Sama sama ang pagtaas at ang paglago ng mga lipunang lunsod sa India ay hindi binalak at ito ay minadali. Ito ay kung saan ang papel ng mga pampublikong institusyon ng patakaran ay kailangang palawakin ang lampas sa mga lungsod sa mas maliit na bayan at magbigay ng mga direksyon para sa paraan na ang mga susunod na hakbang ay maaaring gawin para sa paglago at ebolusyon ng mga bagay na may kaugnayan sa pamamahala na kung saan ay teknolohikal na tinutulungan. Ito ang pokus ng pamahalaang Indian mula nang dumating ang smart city planning mechanism. Ito ay nasa phase para sa huling dekada at may ilang mga lungsod na kung saan ay nagpapakita ng napakalaking potensyal bagaman ang pag optimize at pagkakaisa para sa paggamit ng mga mapagkukunan ay naghihintay pa rin na makamit.

Ang pag usbong ng industriya ng telecom ay isa sa mga pangunahing lugar na nagtulak sa rebolusyon ng impormasyon at telecom na nagtulak sa India. Ito ay ang pagkalat at ang paglago ng telecom kalawakan sa buong India na nagbigay daan para sa mga karaniwang mamamayan at ang pamahalaan upang kumonekta sa isang mas mahusay na antas. Tinatanggal ang elitismo at kalat kalat ng Ingles, maging ang ibang wika ay nakaisip na ngayon ng kanilang kalawakan sa paraan ng pagtulong nila sa masa. Ang mga mobile phone ay naging isa sa mga pangunahing instrumento upang maabot ang mga magsasaka, iba pang marginalized section at siyempre ang mga piling tao sa lunsod. Gayunpaman, nang walang pagkalito sa lahat ng tatlong mga seksyon, kung ang isa ay tumatagal ng isang pagtingin sa mga magsasaka pagkatapos ay para sa isang mahabang panahon ang papel na ginagampanan ng teknolohiya ay maaaring matagpuan sa paraan ng mga magsasaka ay binigyan ng impormasyon mula sa pamahalaan sa mga tuntunin ng panahon, mga pattern ng lupa atbp. Ito ay isang klasikong halimbawa ng paraan kung paano ang teknolohiya at pamamahala ay maaaring maglaro ng isang papel sa mga modernong lipunan ng mga umuunlad na ekonomiya kahit na sa mga stratified na komunidad. Mahalaga ang papel ng pamamahala pagdating sa epekto sa isang mas malaking seksyon ay kailangang maging epekto at ang papel ng mga pribadong manlalaro ay gumaganap din ng isang napakahalagang papel. Ang mga rate ng data na nagiging mas mura ay nagbibigay daan para sa pag access sa mga mahahalagang patakaran na makabuluhan at maaaring makaapekto sa mas malaking seksyon. Ang agrikultura sa India ay nakasalalay sa mga elemento ng rudimentary sa loob ng mahabang panahon mula noong pagdating ng teknolohiya.

Ang pag usbong ng mga patakaran tulad ng green revolution ay bunga ng kahusayan sa teknolohiya na nagbago sa India. Isa ito sa mga pioneer na halimbawa ng paraan kung paano nagsama sama ang teknolohiya at pamamahala upang mabuo ang tulay sa pagitan ng teknolohiya at pamamahala. Ito ay kung paano ang mga unang hakbang para sa sapat na pagkain sa India ay maaaring makita sa pagdating ng teknolohiya at patakaran na may kaugnayan sa pamamahala. Iyon ay kung paano, kailan, kung saan, kung bakit ang mga pagsulong sa teknolohiya ay maaaring gawin upang mabilang. India bilang isang pag aaral points out na kung paano mula sa pandaigdigang timog, teknolohiya nilalaro ng isang papel na may access sa data at impormasyon. Ang mga kritikal na lugar na kung saan ay nabanggit sa itaas tulad ng pagkain, kalusugan, transportasyon at lalo na may kaugnayan sa napapanatiling pag unlad, pangunahing pagsubaybay sa data ay napakahalaga. Ganito ginamit ng India ang teknolohiya sa mga halimbawa ng green revolution, telecom revolution atbp. Sa mga tuntunin ng mga isyu na may kaugnayan sa pamamahala, ang kapakanan ng lipunan, ang pag access sa mga programa ng pamahalaan ay gumaganap ng napakahalagang papel sa mga interbensyon sa patakaran. Ito ay maaaring makita sa paraan kung paano ang ilang mga mahahalagang milestone ay nakamit ng India sa loob ng isang panahon. Gayunpaman, ang pinakamalaking hamon na kasalukuyang nahaharap sa India ay ang paraan kung paano maaaring aktwal na balansehin ng pamahalaan ang mga layunin nito sa carbon neutral kasama ang mga napapanatiling layunin sa pag unlad habang hindi nakompromiso ang mga napakalaking hamon ng mga hangarin sa pag unlad. Ang isang bansa mula sa pandaigdigang timog ay nahaharap sa napakalaking hamong ito na hindi magiging madali ngunit gayunpaman ang hangarin ay laging mananatili.

Ang kinabukasan ng teknolohiya at pamamahala sa pandaigdigang larangan:

Mulligan & Bamberger, (2018) ay nagsasalita tungkol sa "mga lungsod ay ginawang responsable para sa pagkamit ng smartness —ie pagsunod sa tiyak na modelo ng isang teknolohikal na advanced, berde at pang ekonomiyang kaakit akit na lungsod, habang ang 'magkakaibang' mga lungsod, ang mga sumusunod sa iba't ibang mga landas ng pag unlad, ay implicitly reframed bilang matalino deviant"

Ang papel dito ay hindi nagmumungkahi ng balangkas teoretikal o isang modelo. Gayunpaman, ang layunin ay upang subaybayan ang mga paraan kung paano ang papel ng teknolohiya ay may bahagi sa ebolusyonaryong proseso ng pamamahala na tinutulungan ng teknolohiya. Ang ideya ng teknolohiya at pamamahala ay isang tuloy tuloy na proseso na kailangang gamitin ng bawat bansa para sa mas malaking kapakinabangan ng lipunan at populasyon. Ito ay kung paano ang pangkalahatang sukat ng pamamahala ay umuunlad at lumalaki sa anyo ng teknolohiya na isang interbensyonistang puwersa. Ang isang ideya ng patakaran na may kaugnayan sa mekanismo ay upang payagan ang mga teknolohikal na advancements upang seep down sa mga tuntunin ng halaga para sa mga karaniwang mamamayan. Ang papel na ginagampanan ng teknolohiya sa India kung traced down dahil pagsasarili ay maaaring makita sa anyo ng space tech, agrikultura at pagkain kaugnay na teknolohiya, transportasyon at sa wakas enerhiya kaugnay na mga pag unlad. Ito ang gumagawa para sa kuwento ng teknolohiya at pamamahala. Gayundin, ang artikulo / papel ay hindi partikular na nakatuon sa isang partikular na lugar. Sinubukan nitong makarating sa isang salaysay na maaaring bumuo sa nakaraan at maaaring magbigay ng direksyon para sa hinaharap. Sa India, ang pinakamalaking banta na darating ay sa mga tuntunin ng mga hamon sa hinaharap ay nakasalalay din sa paraan kung paano ang mga pamahalaan ay maaaring magtrabaho sa application ng teknolohiya na maaaring aktwal na makatulong sa mga karaniwang tao. Nabanggit na ito sa mga tuntunin ng mga interbensyong may kaugnayan sa teknolohiya at patakaran sa pamamagitan ng UPI, pagbabangko, kalusugan na may kaugnayan sa mga nakaraang pagkakataon.

Ang privacy ng data ay tiyak na isa sa mga pangunahing punto ng pag aalala sa modernong panahon. Gayunpaman, sa isang modernong mundo, ang ideal na senaryo ay upang balansehin ang mga dichotomies ng mga teknolohikal na downsides. Ang pamamahala at mga desisyon na nakatuon sa patakaran ay hindi maaaring walang mga side effect. Ang ideya ay upang bumuo sa pamamahala at teknolohiya para sa pagbibigay ng mas mahusay na kaligtasan, access sa mga mapagkukunan na gagawin para sa paglikha ng isang kahanga hangang lipunan. Ganito ang pag andar ng modernong lipunan ng tao kung saan ang tiwala ng pamahalaan lalo na sa antas ng lunsod ay nasa cross heads sa isang bagong panahon technological aided governance. Ang isa pang kritikal na lugar ng pamamahala na may kaugnayan sa data ay ang kontrol sa digital space. Ito ay isa sa mga ito ay na kung saan ay nagtrabaho tulad ng isang double-talim tabak. Ang pagsubaybay sa espasyo na may kaugnayan sa internet ay isang napakahalagang bahagi ng isyu na may kaugnayan sa patakaran pati na rin ang paggawa ng desisyon sa pamamahala. Dito mahalaga ang susunod na yugto ng pamamahala sa panahon ng internet at cyberspace. Kabilang dito ang pagtataguyod ng kaligtasan pati na rin ang secured na kapaligiran para sa mga tao lalo na ang mga kabataan at ang mga mahihina mula sa mga banta sa cyber. Sa isang bansa tulad ng India kung saan ang mga pandaraya sa cyber at scam ay isa sa pinakamataas sa mundo mahalaga para sa pag andar ng pamamahala na kumuha ng mga desisyon sa patakaran nang napakaingat. Ang kontrol sa internet, WhatsApp at iba pang mga channel ng komunikasyon na nakatuon sa teknolohiya ay may mahalagang papel din dito. Dahil sa ganitong senaryo ay umuusbong ang bagong panahon ng teknolohiya at pamamahala.

Ang **Hutten (2019)** ay nagsasalita ng "Ang mabuting pamamahala ay humahantong sa mabuting pamamahala, mahusay na pagganap, at mahusay na pamumuhunan ng pampublikong pera, mabuting pag uugali ng publiko at magandang kinalabasan. Ang mga gobernador ng mga organisasyon ng serbisyo publiko ay nahaharap sa isang mahirap na gawain. Sila ang mga taong responsable sa pamamahala—ang pamumuno, direksyon, pagsusuri at pagsubaybay sa mga organisasyong kanilang pinaglilingkuran. Ang kanilang responsibilidad ay upang matiyak na tinutugunan nila ang mga layunin at layunin ng mga organisasyong ito at na nagtatrabaho sila para sa kapakanan ng publiko. Kailangan nilang magdala ng mga positibong kinalabasan para sa mga gumagamit, pati na rin ang pagbibigay ng halaga para sa mga nagbabayad ng buwis na nagpopondo sa mga serbisyong ito. Kailangan nilang balansehin ang interes ng publiko sa kanilang pananagutan at pagsunod. May malinaw na katibayan na marami ang nahihirapan sa pagtupad sa mga responsibilidad na ito."

Diskarte sa pagsasalaysay ng Case Study: Apat na lungsod sa India at implikasyon sa pagpaplano ng lunsod

Walang empirikal na datos o tulad ng nabanggit sa itaas teoretikal na balangkas na iminungkahi. Sa halip ang papel ay naghahangad na bakas ang ebolusyon ng pamamahala kung paano ito nabuo, kinuha hugis sa isang bansa tulad ng India at umunlad paglipat sa mga sukat sa hinaharap. Ang papel ay nagsasalita kung paano ang paglalakbay ng teknolohiya at pamamahala ay yumakap sa isa't isa sa mahabang panahon. Hangad nitong mag ambag sa mga tuntunin ng gauging ang paglalakbay ng teknolohiya at ang ebolusyon nito sa pakikipagtulungan sa pamamahala. Sa pag unawa ng mga iskolar ay may mga papel na nakatuon ang pansin sa mundo ng pamamahala at mga teknolohiya lalo na sa cyber sphere at ang sektor ng teknolohiya ng impormasyon ay nag metamorphosed. Katulad nito, nagkaroon pa ng mga akda tungkol sa kalusugan at edukasyon bagaman tila nawawala ang pinagsamang pagsusuri sa iba't ibang sektor. Lalo na ang pagtuon sa iba't ibang mga lugar na may diin sa India sa mga tuntunin ng pag access sa makasaysayang ebolusyon ay kung saan ang papel ay mukhang mag ambag. Hinubog nito ang sarili sa daloy ng papel tulad ng nabanggit kanina. Ang mga elemento ng teknolohiya at pamamahala sa lahat ng mahahalagang sektor tulad ng nabanggit lamang sa itaas sa anyo ng edukasyon, kalusugan, cyber sphere at enerhiya sa mga tuntunin ng pinagmulan, ebolusyon at ang hinaharap na landas ay kinuha ng ilang mga pagliko. Mas mahalaga ito kapag nasa isang bansang tulad ng India; Ang pinakamataong bansa sa mundo na may napakaraming hamon nito ay maaaring aktwal na mag leverage ng teknolohiya para sa pamamahala na nakatuon sa patakaran na nakakaapekto sa milyun milyon. Sinubukan ng papel na paulit ulit na i highlight at pagnilayan ang mga nuances at ang mga hamon na nalutas o nagawa batay sa intersection ng teknolohiya at pamamahala. Sa mga tuntunin ng mga sektor ang mga halimbawa ng mga sektor na nabanggit ay lumikha ng bagong direksyon at inukit ng mga bagong pagkakataon. Umaasa ang papel na magbukas ng mga bagong avenues para sa hinaharap na pananaliksik na magdadala ng empirical data para sa pagsulong ng saklaw ng papel sa mga tuntunin ng pag ambag sa mga gaps ng pananaliksik. Ang papel na ito ay pagpunta upang makatulong sa pagtatakda ng ideya ng teknolohiya at pamamahala sa pandaigdigang timog kung saan ang India ay magkasya sa ganap na. Bilang isang bansa na nakaharap sa napakalaking hamon at napagtagumpayan ang mga ito sa kabila ng maraming mga pagkukulang', ang mga akda ng mga iskolar at ang mga sipi mula sa papel na ito ay nagdadala ng tampok na teknolohiya ay maaaring hindi ang panlunas sa lahat ng problema. Maraming mga lugar na ang teknolohiya ay nalilito pa rin at higit sa lahat ang mga taong dapat ilagay ito sa trabaho, iyon ay sa amin ay grappling din sa tamang paggamit nito. Ang intersection ng katalinuhan at teknolohiya ng tao ay napakahalaga at mahalaga sa ebolusyon ng mga hakbang na gagawin ng pamamahala sa conjunction. Data driven at intersection-based na bahagi ng paggawa ng patakaran na tumutulong sa mga pamahalaan upang pamahalaan sa mga tuntunin ng mga pangunahing hakbang sa patakaran sa pagdating ng artipisyal na katalinuhan dawns sa bilang hinaharap na hakbang ng paglalakbay sa pagitan ng teknolohiya at pamamahala.

Mga hamon ng isang bansa tulad ng India sa mga tuntunin ng pagbabalanse ng mga hangarin at kapaligiran: Hindi nakakagulat na makita na ang mga lungsod ng India ay patuloy na nangunguna sa mga pinaka polluted na lungsod sa mundo. Ang bahagi ng Lion ng mga ulat sa kapaligiran sa huling 10 taon ay lumabas na may mga ulat sa kung gaano marumi ang mga lungsod ng India. Kahit na sa pangkalahatan ay may pagkalito sa pagitan ng polusyon at pagbabago ng klima gayunpaman, ang senaryo ay hindi dapat maging tulad nito. Ang pagbabago ng klima lalo na sa anyo ng global warming ay karaniwang naiugnay sa polusyon. Ngayon pagdating sa pag unawa kung paano makokontrol ang polusyon, emisyon at balansehin ang sustainable development ang ideya ay gagamitin ang papel ng pamamahala at teknolohiya. Ang tanong ay laging nananatiling paano? Ang papel ay patuloy na nakatuon sa tema ng mga hamon ng India. Tulad ng nabanggit bago ang papel na ito ay narrative based sa halip na empirical. Ang mga hamon ng pinakamataong bansa sa mundo tulad ng India ay ang triple frontier na tatalakayin sa ibang pagkakataon. Ang mga lungsod ng India ay nagsisikap na gamitin ang teknolohiya sa mga tuntunin ng labanan nito labanan laban sa polusyon at ang mga pantulong na epekto nito. Sinubukan ni Delhi na ipasok muna ang kakaibang sistema bilang direktiba ng pamamahala ng pamahalaan ng Delhi. Gayunpaman, ang papel ng teknolohiya ay nalalaos. Ang tanong ay maaaring itanong kung paano maaaring maglaro ang teknolohiya. Una at pinakamahalaga, base ng data ng mga kotse na nakarehistro sa parehong address maging ito alinman sa nagtatapos sa kahit na o kakaibang mga numero na kinakailangan upang masubaybayan upang aktwal na gawing makabuluhan ang patakaran. Iyon ay kung ang isang pamilya ay may apat na miyembro na may dalawang kotse na ang mga plaka ng numero ay nagtatapos sa kakaiba at kahit na ayon sa pagkakabanggit, ang pamilya ay papayagang maglabas lamang ng isang kotse batay sa bilang na kanilang pinili. Narito ang papel na ginagampanan ng pamamahala ng database at remote na pagbubuwis sa pamamagitan ng pagbabayad ng mobile phone ay dumating sa madaling gamitin. Ang India ay mayroon nang teknolohiya sa lugar ngunit ang pagpapatupad nito sa pinalawig na espasyo upang harapin ang mga pangunahing hamon ng pagtagumpayan ang isyu na may kaugnayan sa polusyon ay kritikal. Ang India ay nakatuon din sa paglikha ng imprastraktura ng pampublikong transportasyon sa anyo ng isa sa pinakamatagal na metro sa mundo. Pagpapakilala ng walang pinagtahian ticketing at pagpapanatili ng mga gastos pa rin abot kayang sa Delhi metro ay isa sa maraming mga paraan. Susunod na muli ay ang paggamit ng teknolohiya sa mga tuntunin ng pagmamapang AQI (Air Quality Indicators) at paglalagay sa mga purifier ng hangin sa mga sensitibong lugar upang gumawa para sa nalalanghap na kalidad ng hangin. Nagsimula na ang pilot projects sa mga ito ngunit itinatampok nito ang mga hamon ng polusyon, kahirapan at populasyon.

Kolkata: Bengal at Silangang Bahagi ng India

Kung sisimulan nating tingnan ang silangang baybayin ng India kung saan may mga mahahalagang lungsod tulad ng Kolkata, Bhubaneshwar atbp ang papel na ginagampanan ng pagtingin sa likas na konserbasyon, pagpaplano ng lunsod at pamamahala na may kaugnayan sa teknolohiya ay gumaganap ng isang napakahalagang papel. Sa pagsasalita tungkol sa silangang baybayin ng India, ang global warming at pagbabago ng klima ay ginawa na ngayon na sapilitan para sa mga lungsod ng silangang baybayin na harapin ang hindi bababa sa isang bagyo bawat taon. Hindi lamang ito nagdudulot ng napakalaking hassle para sa administrasyon kundi ilang mga hamon sa muling pagtatayo. Nakita na ang mga mahihirap na umuunlad na bansa tulad ng Haiti, Nepal ay nahaharap na sa brunt ng mga natural na kalamidad at pagbabago ng klima. Sa pagsasalita ng kababalaghan na ito, ang pamahalaan ng West Bengal ay nakatuon sa pangangalaga ng mga **puno ng sundari (Mangrove Forests)** [1] at itanim ang mga ito kahit na higit pa dahil mayroon itong napakalaking papel sa pagbawas ng malupit na puwersa ng mga cyclonic depressions na bumubuo taun taon. Ang mga puno na itinanim nang higit pa ay nagbibigay daan para sa mga tirahan sa silangang lunsod upang harapin ang mga bagyo na may mas kaunting malupit na puwersa lalo na mula sa Kolkata. Ito ay isang halimbawa ng kaalamang katutubo na isinasagawa ngayon. Gayundin, kasabay ng pagsasabuhay ng katutubong kaalaman ay naroon din ang epekto at impluwensya ng kaalaman na matatagpuan na sa paggamit ng geo spatial mapping at ang lokasyon ng teknolohiya ng cyclonic depression ay gumaganap din ng isang mahalagang papel sa papel ng mekanismo ng pamamahala. Sa pagsasalita ng geo spatial na pagmamapa ng mga bagyo at iba pang mga aspeto, ang India ay nagsagawa na ng inisyatibo ng paglulunsad ng isang satellite para sa pagsubaybay sa klima, polusyon sa hangin sa ngalan ng buong Timog Asya. Hindi lamang ito isang inisyatibong nobela kundi nangangahulugan din ng isang malaking papel ng India upang lumikha ng isang tatak ng bansa sa anyo ng

---

1. https://scroll.in/article/1032297/in-west-bengal-ambitious-efforts-to-plant-mangroves-yield-limited-results

bansa na gumagawa ng mga hakbang upang matulungan ang kanyang kapitbahayan upang mas mahusay na masubaybayan ang klima at ang polusyon na pagmamapa. Ngayon ang pagbalik sa punto mula sa kung saan ito nagsimula ang ideya para sa pagprotekta sa mga lungsod ng silangang zone ay depende sa pagkilos batay sa katutubong kaalaman at pagkatapos ay paglikha ng application ng teknolohiya para sa pamamahala sa mga darating na hindi nararapat na hamon. Ngayon paglipat sa timog zone ng India, ang iba pang mga salaysay kaso ng Bengaluru bilang isang lungsod ay palaging ang sentro ng talakayan para sa isang iba't ibang hanay ng hamon. Gayunpaman, darating iyan sa ibang pagkakataon. Tulad ng ngayon nagsasalita ng mga hamon, Kolkata pa rin ay may sariling isyu na kung saan ay kailangang maging brough out. Kolkata ay isa sa mga siksik lungsod na may matinding antas ng polusyon para sa kung saan na matalino na mga hakbangin marrying ito sa teknolohiya ay nagsimula na dumating sa. Ito ay dumating sa anyo ng mga smart bus na may air purifiers[2], recycling shops at smart garbage [3]collection na kung saan ay nangyayari na sa iba pang mga lungsod ng India pati na rin. Higit pa sa na mamaya ngunit una at higit sa lahat ang kahalagahan para sa isang bansa tulad ng India na kung

---

[2] https://www.hindustantimes.com/cities/kolkata-news/west-bengal-govt-launches-buses-with-air-purifiers-in-kolkata-to-beat-pollution-101686042102914.html

[3] https://timesofindia.indiatimes.com/city/kolkata/new-town-gets-one-stop-waste-to-wealth-store/articleshow/78689888.cms

saan ay may isang bundok ng mga hamon. Speaking of bundok, ang papel na ito ay introspect sa Delhi at ang mga napakalaking problema nito kaugnay nito problema sa emisyon at pagtaas ng basura sa bundok. Sa pagpapatuloy sa lungsod ng Kolkata, ang lungsod ay nahaharap sa napakalaking mga hamon sa mga tuntunin ng particulate matter sa hangin. Ang Kolkata bilang isang lungsod na pinakamahalaga ay naging isang hindi nakaplanong pamayanan sa lunsod na nilikha noong panahon ng Britanya. Ang lungsod tulad ng mula sa anumang iba pang umuunlad o neo kolonyal na bansa ay palaging nahaharap sa hamon na may ilang mga pagbubukod ng mga kolonya ng settler tulad ng USA, Australia, New Zealand at Canada. Ngayon ay bumalik sa Kolkata, upang mapagtagumpayan ang mga hamon ng lumalagong urban settlement, satellite lungsod upang mabawasan ang epekto ng emission at mapabuti ang kalidad ng buhay ay ang unang mga reseta ng patakaran. Ito ay kung saan, ang mga satellite enlistment tulad ng Saltlake city at New Town, sa paligid ng lungsod ng Kolkata ay dumating up. Ang mga ito ay binalak na mga pamayanan at nagbibigay ng isang teknolohiya na pinagana ang buhay sa lunsod na may pagpaplano at saklaw para sa pamumuhunan, pagpapalawak at mas mahusay. Ang pinakamahusay sa mga halimbawa hinggil dito ay maaaring sa anyo ng Bagong Bayan, Kolkata na may mas mababang antas ng polusyon. Din backed sa urban pagpaplano, pamamahala ng basura at ang koneksyon sa paunang argumento ng papel na kung saan ay nagdadala sa unahan ng enerhiya konserbasyon, transportasyon at data management sa urban kalidad ng buhay ang bagong pag unlad na ito ay maaaring banggitin bilang mga bagong halimbawa.

Bengaluru: Ang Silicon Valley ng India

Ito ay magdadala sa amin upang ilipat ang layo mula sa silangang bahagi ng bansa sa katimugang bahagi ng bansa na kung saan ay Bangalore o Bengaluru. Sa lungsod na iyon ay nagkaroon ng iba't ibang hanay ng mga hamon bagaman may isang karaniwang tema. Ang pag-unlad ng pamayanan sa lungsod, napakaraming konstruksyon na ginawa nang madalian at desperado ay lumikha ng isa pang hanay ng mga hamon para sa lungsod na ito. Ang pagtaas ng lungsod bilang isang tech hub ay nagbago ng hardin ng lungsod ng India na nilikha sa sandaling isang militar barrack settlement sa isang modernong urban settlement. Gayunpaman, ang antas ng mga isyu sa lunsod na may kaugnayan sa kalidad ng buhay at ang pagharap sa boom sa populasyon ng lunsod ay naiwan pa rin na nais[4]. Ang Bangalore bilang isang salaysay ng kaso ay nagdadala sa unahan ng isyu ng mabilis na urbanisasyon, paglabas ng lunsod at ang isyu ng pagharap sa kalidad ng buhay, napapanatiling pag unlad at paglabas. Ang lahat ng ito ay maaaring tingnan at malutas sa pamamagitan ng adbokasiya at pagtuon sa pampublikong transportasyon. Ito ay isang lugar kung saan ang

---

[4] https://bengaluru.citizenmatters.in/making-sense-of-bengalurus-messy-urban-development-data-117710

aspiration status ng Indian mamamayan upang pagmamay ari ng mga pribadong kotse aping ang mas maaga materyalismo ng kanlurang lipunan pati na rin ang kakulangan ng mga hakbangin ng pamahalaan upang mamuhunan sa pampublikong transportasyon lalo na mass urban transit kahit 5 taon pabalik ay nasaktan Bangalore. Nakita lamang ito sa nakalipas na 5 taon na tila isang pagmamadali sa pagpapabuti ng pampublikong imprastraktura ng Bangalore. Iyon mismo ay nakakuha ng mga isyu sa urban settlement na pumapasok at kumukuha ng mga urban space. Bangalore pagsunod sa mga pandaigdigang hakbang at kahit na mula sa mga sa mga sa Indian lungsod sa wakas ay sinusubukan na dumating sa isang coordinated tugon na nagsasangkot ng parehong uri ng patakaran reseta magkano tulad ng isa tinalakay tungkol sa Kolkata. Lahat ng sinabi at ginawa, ang Bangalore sa paraan ng pagharap nito sa mga problema sa lunsod o bayan ay tila hindi pa lubos na nauunawaan ang paraan upang harapin ang mga problema nito. Ang lungsod ay nahaharap na sa pagtaas ng presyon sa nadagdagang kumplikadong hamon ng pamumuhay sa lunsod. Ang hindi planadong urbanisasyon ay naging mahigpit na hamon na malulutas lamang sa pamamahala ng data, pangangasiwa ng katiwalian at pamamahala ng teknolohiya ng mga bahagi ng pagpaplano ng lunsod. Gayunpaman, ito ay mas madaling sabihin kaysa sa tapos na at ito ay hindi lamang tungkol sa pagsulat nito sa isang piraso ng isang papel. Ang ideya ay dapat na muling ipamahagi ang populasyon, bawasan ang pribadong transportasyon at pagkatapos ay kunin ang mga pamumuhunan para sa mga pampublikong proyekto sa imprastraktura. Sa papel ang mga pamumuhunan ay nangyayari para sa pampublikong transportasyon na nagbibigay daan para sa kadalian at paggalaw ng trapiko. Ang Bangalore ay isa sa mga lungsod na nakaharap sa brunt ng booming urbanization nang walang pagpaplano ng maraming maaga dito. Ang imprastraktura at ang pag bridge ng teknolohiya para sa pamamahala ng lunsod ay tiyak na isang bagay na kailangang alagaan ng India para sa susunod na henerasyon. Ang Bengaluru ay isang klasikong kaso kung saan ang maling pamamahala ng mga lunsod sa mga yamang lunsod ay humantong sa mga problema. Nakakapagtaka na sa kabila ng pagiging dubbed bilang "Silicon Valley ng India", ang urban planning ay kailangang maging mas mahusay at tumpak. Bangalore bagaman hindi nahuhulog sa kategorya ng mga lungsod na may matinding polusyon bagaman mayroon itong sariling mga hamon na may kaugnayan sa kasikipan ng trapiko at mga amenity sa lunsod. Ang papel ng teknolohiya at pamamahala epitomizes kung paano ang ideya ng isang mahusay na kalidad ng buhay ay nakasalalay sa pagbuo ng mga amenities ng lunsod na maaari ring magdala down ang epekto ng global warming, pagbabago ng klima pinabilis ng trapiko sa lunsod, emissions at presyon ng populasyon. Sa isang urban setting upang lumikha ng isang sustainable development mechanism ang puntong nabanggit na lalo na para sa mga lungsod sa India ay nakatuon sa mga paparating na hamon at pressures. Ang pagsasaayos ng mga katawan ng tubig, mga insentibo sa paggamit ng pampublikong transportasyon, nakakapanghina ng loob ng pribadong transportasyon pati na rin ang pagpapabuti ng imprastraktura[5] ng lunsod. Ito ay ang paraan pasulong para sa pag unlad ng urban infrastructure pati na rin ang paglago ng mga lungsod sa isang paraan na maaaring humantong sa India upang ilipat patungo sa kanyang layunin ng carbon net neutrality sa pamamagitan ng 2070. Ang mga hamon ay matindi sa konteksto ng mabilis na urbanisasyon at ang matinding hamon na darating sa na. Ang Bengaluru ay maaaring kumuha ng isang bit ng dahon mula sa pagtulak sa mga smart na solusyon na simple ngunit makakamit. Ang mga sistema ng trapiko, pagsubaybay sa enerhiya at pagpaplano ng lunsod ay napag usapan na sa mga tuntunin ng coordinated na pagsisikap ng teknolohiya sa pamamahala. Susunod ay ang tanong ng mga simpleng hakbang na maaaring gawin sa mga reseta ng patakaran.

Mumbai: Ang Pinakamataas na Lungsod ng India mula sa West Coast

Ang lahat ng sinabi at tapos na ang salaysay na ito ay maaaring dalhin pasulong sa kanlurang baybayin ng India na may pokus sa Mumbai, isa sa mga pinaka

---

[5]

https://bangaloremirror.indiatimes.com/bangalore/civic/bengaluru-we-have-a-problem-its-our-lakes/articleshow/97289067.cms masikip at malawak na apektado lungsod ng India at sa mundo sa pamamagitan ng burgeoning populasyon at creaking pampublikong imprastraktura kabilang ang mga problema sa tirahan. Ang Mumbai ay kumakatawan sa mga hamon ng pag unlad ng lunsod sa kasalukuyang panahon nang walang pagbagal o pagwawalang bahala. Ang lungsod sa kanlurang baybayin ng India ay may napakalaking mga problema upang malutas lalo na ang lungsod ay mahina sa presyon ng populasyon ng lunsod, pagtaas ng antas ng dagat pati na rin ang isang imprastraktura bangungot na may mga problema sa tirahan. Sinimulan na ni Mumbai na gawin ito sa isang tatlong pronged na paraan. Ang una ay dumating sa anyo ng pagbawi ng lupa mula sa dagat upang magtayo ng mga proyekto sa transportasyon at may kaugnayan din sa imprastraktura. Ito ay may mahalagang implikasyon upang mabawasan ang presyon sa transportasyon na noon pa man ay isang isyu dahil sa mga hindi planong kalsada, kakulangan ng bukas na espasyo at pagtaas ng mga pribadong kotse sa mga kalsada. Dito pumapasok ang pangalawang aspeto na nagtutulak ng agresibong pagpapalawak sa pampublikong imprastraktura lalo na sa transportasyon. Mumbai ay palaging nakaharap sa brunt ng labis na presyon sa lokal na tren network na may mga tao na darating na mula sa suburbs kung saan ang presyon ng populasyon ay matinding. Dito malaki ang papel at nakatuon ang pagpapalawak ng mabilis na mass transit. Susunod ay ang isyu ng kalidad ng buhay ng lunsod sa Mumbai na matindi at matindi sa maraming paraan. Ang Mumbai ay may hindi maiinggit na pagkilala sa pagho host ng pinakamalaking slum ng Asya. Ito ay kung saan ang pag unlad ng satellite townships at lungsod ay gumaganap ng isang pangunahing papel sa pagbabawas ng urban settlement at binabawasan squatting. Navi Mumbai ang halimbawa ng proyektong iyon na may mas mahusay na pamamahala ng espasyo, pinahusay na mga amenity sa publiko at mas mababang urban emission. Ang pagkonekta sa dalawang urban settlement ay ang unang hakbang para sa Mumbai. Katulad na proyekto ay ginagawa sa Kolkata, Delhi at kahit na sa Bengaluru at iba pang mga lungsod na kung saan ay hindi nabanggit dito. Nais ng India na i project ang sarili nito bilang isang super power at isang ipinagmamalaki na umuusbong na bansa, gayunpaman para sa na mangyari barring ang pampulitika at socio pang ekonomiyang mga hamon ang unang bagay na kailangang nakatuon sa ay nagbibigay sa mga mamamayan ng isang mahusay na kalidad ng buhay. Pamantayan ng pamumuhay kung susukatin ayon sa materyal na pag aari ay matatagpuan sa mga slums ng Dharavi (pinakamalaking slum sa Asya). Gayunpaman, kung ang isa ay bumibisita sa kanilang mga squat tulad ng mga kuwarto na nakatayo sa gilid ng lungsod na malapit sa Airport, ang mga ito ay puno ng mga pamayanan na maihahambing sa iba pang mga bansa ng umuunlad na mundo na nakikipaglaban sa kahirapan sa lunsod at ang bagong hanay ng mga hamon sa lunsod na kasama nito. Mumbai at Indian pamahalaan kailangan at may sa tiyak na lawak ay nagtatrabaho sa paglikha ng isang lungsod na maaaring maging mas mahusay o magbigay ng access sa isang mas mahusay na prospect ng buhay para sa susunod na henerasyon. Ang lungsod ng Mumbai na kilala rin bilang pinakamataas na lungsod tulad ng anumang iba pang lungsod ng India ay nahaharap sa isyu ng mga mamamayan na maaaring hindi pakiramdam bilang responsable o maaaring kulang sa kaalaman o layunin [6]. Ang mga lungsod ng isang umuunlad na bansa ay nahaharap sa isyu ng aktibong pakikilahok ng mga mamamayan o kulang sa moral na hibla pati na rin ang edukasyon upang kumuha ng bahagi. Ang Mumbai ay maaaring maging bahagi ng kategoryang iyon na masasabi ring iba pang mga lungsod sa India ngunit posibleng ang isyung ito sa Mumbai ay lubhang binibigkas. Ang disiplina, aktibong paglahok sa pagkamamamayan at ang papel ng teknolohiya at pamamahala ay dumating sa India sa panahon ng covid19. Ganito ang kuwento ng bawat lungsod ng India ay maaaring sumulong bagaman mayroon ding malalim na ugat na katiwalian at iba pang mga isyu din. Sa isang labis na populated bansa tulad ng Indya kung saan ang mga trabaho o ang pinagmulan ng mga trabaho ay matatagpuan sa paligid ng mga metropolitan lungsod ang impetus sa urban resettlement ay nai emphasized sapat. Ang paglalaan ng mga mapagkukunan ay kritikal para sa mga hamon ng ika 21[siglo]. Ang India ay isang malaking bansa na may maraming hamon at ang papel dito ay nagdadala sa

---

[6] https://m.timesofindia.com/city/mumbai/how-planning-and-development-of-mumbai-can-involve-citizens/articleshow/100691710.cms

salaysay ng apat na pangunahing lungsod sa buong bansa na may karaniwang tema ng presyon ng populasyon ng lunsod, kakulangan ng mga pasilidad sa pampublikong transportasyon at imprastraktura ng lunsod. Mumbai tulad ng dalawa pang nabanggit ay ito ang pinagtutuunan ng pansin ngunit sa gitna ng lahat ng ito ay ayaw mawala ng papel ang papel sa papel ng teknolohiya at ng pamamahala. Mumbai tulad ng tinalakay bago ay nakaharap sa kaya maraming mga hamon at pa ay dumating bumalik mas malakas. Ang mga bagong proyekto tulad ng coastal road project na malapit nang buksan sa ibang pagkakataon sa taong ito ay isang makabagong halimbawa ng makabagong pag unlad ng imprastraktura na magbabawas sa oras ng kadaliang mapakilos. Ang konsepto ng kadalian ng kadaliang mapakilos sa mga tuntunin ng mga talaan ng data ng trapiko at mga insentibo pati na rin ang parusa ay maaari ring maglaro ng isang kritikal na papel upang mapagaan ang presyon sa buhay sa lungsod. Tulad ng para sa urban redevelopment ang buong Dharavi slum ay ngayon upang sumailalim sa isang muling pagtatayo sa mga tuntunin ng paglalaan ng espasyo at muling idinisenyo batay sa pagbibigay ng mga pangunahing amenities [7]. Ang mga ito ay maliliit at kritikal na hakbang sa paggawa ng bagong karanasan ng pamumuhay sa mabigat na masikip na mga lungsod ng pandaigdigang timog. Ito ay nagdadala sa amin sa

---

[7] https://asia.nikkei.com/Spotlight/Asia-Insight/Mumbai-slum-residents-stand-up-against-Adani-s-redevelopment-plan

huling ngunit hindi bababa sa, Delhi sa mga tuntunin ng mga hamon sa lunsod.

Delhi at ang kabisera nito lungsod conundrums

Ang Delhi ay ang mas matandang lungsod na kumakatawan sa lumang kasaysayan ngunit ito rin ay isang paalala ng stagnant, over populated, problemadong buhay sa lunsod. New Delhi ay ang bagong bersyon ng lungsod na dumating up bilang isang urban settlement upang harapin ang mga krisis at ang mga problema ng lungsod. Ang Delhi ay palaging nararanggo bilang pinaka polluted na lungsod sa mundo na may kaugnayan sa kung saan ang mga hakbang ay ginawa ngunit hindi pa napatunayan na hindi sapat. Pagtaas sa bilang ng mga electric bus, Gas pinatatakbo bus upang i cut down sa fossil fuel emission ay pa rin napatunayan na mahirap na magkaroon ng cut down. Ito ay may ilang mga pagkakatulad sa urban density, pribadong transportasyon at ang mga kadahilanan na nabanggit nang mas maaga para sa iba pang mga lungsod. Gayunpaman, Delhi, bukod sa lahat ng mga lungsod ng India ay may pinakamatagal na halaga ng urban transit na sakop. Ang tunay na problema gayunpaman ay namamalagi sa pang industriya emissions pati na rin ang agrikultura kaugnay emissions na dumating sa mula sa kalapit na estado na nakapalibot sa Delhi. Speaking of thus matter subukan nating muling kumonekta pabalik sa tema ng papel ng teknolohiya at pamamahala lalo na may kaugnayan sa mga problema ng global warming, climate change at urban management. Ang

Delhi ay maaaring maging pangunahing halimbawa ng inisyatibong ito at kung paano maaaring gumanap ang pamahalaan ng India sa ito. Ang pamahalaan ng Delhi ay nakikipagtulungan sa mga kalapit na estado upang mabawasan ang paglabas at gumawa para sa tamang mga pagbabago [8] sa patakaran. Ang teknolohiya ay maaaring maglaro ng isang mahalagang papel sa mga paraan na nabanggit nang mas maaga sa pamamagitan ng geo spatial imaging, heatmapping at pagdadala sa patakaran upang mai install ang mga dehumidifier, air purifier. Bagaman ang mga ito ay napakalaking mga programa na nakabatay sa pera ngunit ito ay magagawa. Sa katunayan, ang World Bank ay nagbigay na ng ilang mga pautang upang ipatupad ang ilang mga imprastraktura batay sa mga linya na ito. Ang iba pang kritikal na papel para sa pagpapatupad ng teknolohiya ay ibabatay sa carbon credits at green incentive program sa mga lugar ng industriya sa paligid ng Delhi na nadungisan na ang Delhi River, Yamuna at isang kontribusyon sa isa sa mga pinaka nakakalason na hangin ng mundo. Ang kakulangan ng inisyatibo sa mas malaking sukat upang harapin ang gayong mga problema ay lumikha na ng maraming problema. Ang isa na may isyu ng urban waste management ay isa pang sakit ng ulo para sa Delhi na may tumataas na bundok ng basura na nakikita sa labas ng Delhi. Ito ay maaaring

---

[8]

https://www.newindianexpress.com/cities/delhi/2023/may/16/experts-brainstorm-on-strategies-to-improve-air-quality-in-delhi-2575552.html ang pangunahing lugar kung saan ang papel na ginagampanan ng teknolohiya at pamamahala batay sa katibayan ay maaaring dumating sa madaling gamitin. Ito ay dahil sa isang urban na setting tulad ng Delhi na kung saan ay may maraming mga hamon, ang mga isyu ay nagsimula sa kakulangan ng pagpaplano at pamumuhunan. Sa mga tuntunin ng pamamahala ng basura sa parehong bansa isang lungsod tulad ng Indore bagaman hindi gaanong populated at siksikan ang mga startup ay nagtatrabaho sa paghihiwalay ng basura. Delhi ay isa sa mga lungsod na kung saan ay literal sa hiram na oras ang isa ay dapat sabihin. Ang pamahalaan ng Delhi sa kanyang burukratikong tussle sa sentral na pamahalaan ay hindi nakuha ang maraming mga pagpapatupad ng patakaran na sana ay mahalaga. Ang papel ng teknolohiya at pamamahala ay susi sa paglutas ng mga problema ngunit ang mungkahi lamang sa papel ay hindi gagana bilang ang pagtuon sa citizen centric governance ay kulang pa rin sa pagpapatupad. Ang Delhi pagiging kabisera ng India ay nakaharap sa mga isyung sosyo ekonomiko at pampulitika bukod sa global warming at pagbabago ng klima na naging isang tunay na isyu. Ang isang multipronged na diskarte ay kinakailangan upang ayusin ang mga isyu ng mga hamon sa lunsod ng India. Sinubukan ng pamahalaan ng Delhi na dagdagan ang pamumuhunan sa pampublikong transportasyon at pag unlad ng imprastraktura na kung saan ay nahulog pa rin. Hindi na lang sa mga isyu ng agricultural waste emission at industrial belt emission ito ay nabanggit. Ang ganitong uri ng presyon sa partikular na mga lungsod ng metropolitan ay kahit na doon sa pandaigdigang konteksto ngunit ang presyon ng populasyon ng Tsina, India at Asya sa pangkalahatan ay ginagawang mas mahirap na gawain. Sa makabagong panahon ang per capita emission ng India ay mas mababa pa rin kaysa USA at iba pang kanluraning bansa mula sa Europa. Ang Delhi ay patuloy na nabigo sa pangako nito patungo sa paglikha ng isang lungsod na maaaring mabuhay hanggang sa mga pinahihintulutang pamantayan para sa pamumuhay lalo na ang pagiging kabisera ng India at punong tanggapan ng pamahalaan para sa pangangasiwa. Ito ay napatunayan na isang imahe ng poster ng isang nabigong lungsod at bagaman ang mga binalak na lungsod sa paligid ng pambansang rehiyon ng kabisera ng India na nakasentro sa Delhi tulad ng Noida at Chandigarh ay dumating ngunit ang isyu ng paggawa ng isang napapanatiling lungsod ng Delhi ay kulang.[9]

Isang pag asa para sa isang napapanatiling pandaigdigang hinaharap na may India na nangunguna sa paraan mula sa Asya hanggang sa Mundo:

Samakatuwid masasabing ilang hamon ang darating sa malapit na hinaharap. Ang India bilang isang pag aaral ay nagtatampok ng mga hamon ng pagpaplano ng lunsod. Magiging kinakailangan para sa buong mundo

---

[9] https://scroll.in/article/1036752/state-pollution-control-boards-in-india-neither-have-enough-staff-nor-expertise

na magsama sama at lalo na ang mga bansa sa Asya ay kailangang gumawa ng mas malakas na inisyatiba para sa parehong. Kahit na kahit na ang iba pang mga kontinente sa Africa lalo na ang rehiyon ng Sahel ay nakaharap sa matinding tagtuyot at Amazon rainforest sa Brazil ay nakaharap sa pagkawasak dahil sa mga sunog sa kagubatan pa rin. Ang kontinente na humahawak ng $2/3^{rd}$ ng sangkatauhan ay kailangang maglaro ng isang mahalagang papel at sa gitna ng lahat ng ito ang pinaka populated na bansa India at ang kapitbahay nito ang pangalawang pinaka populated na bansa China ay may tulad ng isang mahalagang papel. Ang smart urban planning, river ecosystem management tulad ng **Nawami Gange project (Rejuvenation of Ganga)** [10] na nakalista ng U.N. bilang isa sa top 10 projects na may kaugnayan sa sustainable development sa mundo ay maaaring maging tanglaw ng pagbabago. Ang mga hamon ay magiging matindi at ang pamahalaan lamang ay hindi maaaring maglaro ng papel, ang mga pangangailangan ng mamamayan ay mas maging proactive dahil ang pasanin ng mundo na patuloy ay darating sa tatlong pinakamataong bansa sa anyo ng China, India at USA. Samakatuwid, ang India sa ilalim ng kasalukuyang ambisyoso na programa nito na may kaugnayan sa pangangalaga sa kapaligiran at napapanatiling pag unlad ay dumating na may isang inisyatibo tulad **ng**

---

[10] https://avenuemail.in/global-recognition-to-namami-gange-programme/

L.I.F.E. (Lifestyle for Environment) [11] at International Solar Alliance (I.S.A.). [12]Ang dalawang inisyatibong ito kasama ang pamahalaan ay nagtutulak upang mabawasan ang paggamit ng fossil fuel para sa mga sasakyan at palitan ito ng bio fuel tulad ng Ethanol na ginawa mula sa mga basura ng asukal. Mayroon ding pagsusulong para sa pag aampon ng electric vehicle **sa ilalim ng F.A.M.E. (Mas mabilis na Pag aampon at Paggawa ng Electric at Hybrid Vehicles)** [13]scheme. Kahit na ang mga de koryenteng sasakyan ay pa napatunayan conclusively upang i cut down sa mga antas ng polusyon pa ito ay isang hakbang hakbang patungo sa ambisyosong layunin upang i cut down ang paglabas sa net zero sa pamamagitan ng 2070. Para sa isang bansa tulad ng India ito ay isang malaking pakikitungo at kahit na ang isa ay tumingin sa kasalukuyang mga numero ng emisyon ito ay ang pinakamababang sa gitna ng mas malaking bansa sa per capita at isa sa mga tanging bansa na naaayon sa target

---

[11] https://www.thehindu.com/news/national/pm-modi-launch-mission-life-presence-u-n-secretary-general-antonio-guterres/article66035847.ece

[12] https://www.pv-magazine-india.com/2023/06/15/india-france-discuss-isa-priorities-for-accelerating-global-energy-transition/

[13] https://m.timesofindia.com/business/budget/govt-budgets-for-green-growth-but-experts-call-it-inadequate-to-tackle-air-pollution/articleshow/97559795.cms

na itinakda para sa **Sustainable Development Goals para sa 2030**. Mayroon pa ring isang mahabang paraan upang ngunit India kahit na sa kanyang sinaunang panahon ay nagkaroon ng kaalaman at paniwala para sa paggamit ng mga mapagkukunan na napapanatiling at biodegradable tulad ng pagluluto gas mula sa baka dumi pinangalanan mas aesthetically bio basura gas. Hawak ng India ang manta para sa kasalukuyang mundo at kontemporaryong sibilisasyon ng tao upang magpatuloy. Ang malinis na tech at agro start up na pumapasok mula sa mas maliit na mga lungsod ng India ay nagsisikap na ipahiram ang kanilang kamay para sa paglutas ng mga hamon sa hinaharap. Ganito ang mas malaking larawan ng India na sumusulong sa ika-21^{siglo} ay nagsisikap na balansehin ang mga pangangailangan ng isang mabilis na umuunlad na bansa sa mga hamon para mapanatili ang napapanatiling pag-unlad. Ito ay ito catch22 sitwasyon na India na may iba't ibang lupain at etniko varieties bukod sa heograpikal na katotohanan. Minsan ay sinabi ni Gandhi "*Mayroon tayong sapat para sa pangangailangan ng bawat tao ngunit hindi para sa kasakiman ng isang tao*". Ang pilosopiyang Gandhian na ito ay kailangang sundin hindi lamang ng India kundi ng lahat ng mga bansa gayunpaman pinakamahalaga ang India sa mga kadahilanang nabanggit sa itaas. Ang pagpapanatiling maikli at upang sa wakas ay tapusin ito ay isang reflective narrative structured paper at ang mga hinaharap na direksyon para sa papel ay maaaring magbalik tanaw sa mga puntong ito na nabanggit at ilipat pasulong sa empirical data upang patunayan at patunayan sa isang lawak sa salaysay ng papel sa pamamagitan ng mga empirical na natuklasan.

Yunit 2: Asya

Asya at ang iba't ibang lumalagong dimensyon ng globalisation para sa pang ekonomiyang integrasyon

Panimula

Ang ideya ng isang panahon na nahahati sa dalawang panahon sa anyo ng B.C. at A.D. ay laganap batay sa buhay ni Jesucristo. Isang iconic messiah na kung saan ay hinati ang pandaigdigang kasaysayan sa dalawang magkaibang precincts. Isa bago isilang si Cristo at ang isa naman ay matapos siyang mamatay. Ngayon ang pandaigdigang covid19 pandemic ay maaari ring eksaktong tumingin sa parehong paraan. Ang isa kung saan maaari naming tingnan ang katulad na paraan ay mundo na umiiral bago ang covd19 pandemic at ang iba pang kung saan ay ngayon habang kami ay nasa proseso pa rin at naghahanap ng isang panahon na maaaring isaalang alang bilang isang bagay post covid19 (Yunling, 2015). Dito nagbabago ang ideya ng pandaigdigang pulitika, ekonomiya pati na rin ng lipunan sa proseso ng pandemya ng covid19. Sa isang mundo kung saan nagkaroon ng isang slay ng pagsasama at ang globalisation ay pumili ng bilis nagkaroon ng mga malalaking loopholes marahil ay naiwan. Ngayon sa panahon ng hindi inaasahang pandemya na ito ay nagbabago rin ang pandaigdigang pulitika gayundin ang ekonomiya, kalakalan at lipunang kaugnay nito. Maaaring ito ay argued na ang mundo nakaharap epidemya na kung saan ay maaaring ay termed bilang pandemya kung ang World Health Organization umiral dahil ang mga oras ng *Black Death* sa 15th siglo sa *kahit Espanyol Flu* ng ika 20$^{siglo.}$ Gayunpaman, bilang ang mundo ng ngayon ay hindi lamang mas populated ngunit pinaka mahalaga mas konektado ang mga implikasyon ay malayo na maabot nang walang pagmamalabis.

Ang ideya ng papel ay upang maunawaan na kung "*Neorealismo ay ang bagong realismo na nagmamaneho sa pamamagitan ng Asya*". Ito ang sentral na tanong batay sa kung saan ang papel ay ginagawa. Ang mundo ng post pandemic at bagong umuusbong na mga trend sa Asya na paparating bilang pinakamahalagang manlalaro na may dalawang BRICS bansa ay kung saan ang papel ay tumingin upang sumisid sa.

Global North vs Global South

Ang krisis sa covid19 ay ipinanganak sa mga panahon ng mga nabubulok na panahon ng globalisation kung hindi man ganap na nasira [14]. Nagkaroon ng mga oras ng paraan na ang mundo ay nakaharap sa maraming mga hamon at sa lahat ng parehong oras. Ang mga digmaang pandaigdig o ang mga epidemya kasabay ng mga recession ng ekonomiya, ang tensyon sa lipunan ay naroon na kumalat sa kasaysayan ng mundo. Gayunpaman may isang tanong sa kung paano ang mundo sa mga oras ng contrasts kung saan sa isang banda ay may isang limitasyon ng globalisation na

---

[14] (Steven A. Altman, 2020) "Magkakaroon ba ng pangmatagalang epekto ang Covid19 sa globalisasyon

naabot at sa iba pang decoupling batay sa kawalan ng tiwala at hinala kung hindi walang uliran ay tiyak na isang bagong sa kontemporaryong panahon. Ang covid19 ay isa sa mga oras ng paglabag sa mga hadlang at paglikha ng mga bagong kabanata sa mundo na nahahati sa pagitan ng geo pulitika ng "Global North versus Global South development agenda" at / o ang "Socio economic at cultural clash ng Silangang bahagi ng mundo laban sa West". Sa pagitan ng lahat ng ito ay may isang mahalagang tanong na dapat itanong na kung ang onus ng hindi lamang pamumuno sa mundo sa pamamagitan ng isang solong hegemonic power ngunit isang koleksyon ng mga kapangyarihan sa isang kolektibong posisyon (Chee, 2015). Mayroon ding extension ng ideyang ito kung ang dinamika ay muling binisita o rebisyon na nangyayari sa pandaigdigang kuwadrante na nahahati sa buong mundo sa North vs South at East vs West. Ito ay isang hamon na kung saan ay maaaring hindi matugunan sa pamamagitan ng kayabangan at ang vanity ng kanluran ngunit marahil naghahanap patungo sa isang bagong pandaigdigang order.

Balangkas Teoretikal

Ang balangkas teoretikal para sa papel na ito ay batay sa paniwala ng "Territorialization". Paano ginagamit ng mga bansa sa India at Tsina ang konsepto ng pangangalaga sa kanilang sariling soberanya ay isang bahagi ng papel. Ang dalawa pang aspeto na sinusubukang isulong ang papel ay ang konsepto ng De Territorialization at Muling Territorialization na kung saan ay ang pagkawala ng teritoryo alinman sa pisikal, pang ekonomiya o pangkultura at ang isa pa ay ang proseso ng muling pagkuha ng parehong sa mga teritoryo kung saan ang impluwensya ay wala doon, humina o nawala sa mga tuntunin ng pisikal o sosyo pang ekonomiya at kultural na panahon.

Pagsasama ng Ekonomiya

Ngayon ang pinakamahalagang tanong ay tungkol sa pang ekonomiya at pampulitikang paraan ng pandaigdigang pagsasama. Ang ideya ay tungkol sa paraan na ang kasalukuyang pandaigdigang pandemya ay lumikha ng isang bagong alon ng mga kaguluhan sa socio ekonomiya at ang fallout nito. Ngayon kung paliitin natin ang diskarte ng pandaigdigang sistemang ito pagkatapos ay paliitin natin ito sa kontinente na nasa gitna ng pandaigdigang sitwasyong ito sa pagbabago. Ang kontinente na kung saan ay nasa gitna ng bagyo ng pagbabago sa alon ng pandemya ay magiging Asya (Zhao, 2020). Ang kontinente ng Asya ay may mayamang kasaysayan at naging nangunguna sa mga pandaigdigang salaysay ng kultura at pulitika sa loob ng napakahabang panahon. Kung babalikan natin ang kasaysayan ng pandaigdigang kabihasnan ng tao kung gayon maging ang lumang kabihasnan ng *Indus, Mesopotamia, Sumerian, Tsino at maging ang kabihasnang Egyptian* na itinuturing na extension ng kanlurang asya ang egypt ay magiging malinaw na nagkaroon ng kontinente ng asya bilang isang luminary ng pag unlad ng pandaigdigang kabihasnan. Tanging ang kabihasnang Griyego at Romano ang makikitang ipinanganak mula sa kanlurang mundo. Kahit na sa mga tuntunin ng mga larangan ng kultura maging *ito ay Hapon, Tsino, Indian, Persian, Arabe, Turko at kahit Russian* na gumaganap bilang tulay ng pagtawid sa kanluran mula sa silangang bahagi o Asya ay nagpapatunay sa katotohanan na ang kontinente ng Asya ay isa sa mga pangunahing nagtutulak ng kultura epitome ng kabihasnan ng tao. Kaya ang Asya ay may natatanging kahalagahan ng sariling.

Ngayon ay nagsasalita ng Asya, ang rehiyon ng *Kanlurang Asya* na kung saan ay kolonyal na termed bilang *Gitnang Silangan* ay may isang napakahalagang sukat upang i play. Isa ito sa mga pinakamahalagang estratehikong rehiyon sa mundo at syempre sa Asya kung saan ang mga kapangyarihang kanluranin ay pa rin na embroiled. Ang laban para sa katarungan, demokrasya at pagpapabuti ng buhay ng mga mamamayan doon ay ang kanilang sariling laban. Sa panahon ng pandemya nagkaroon ng kaguluhan sa Lebanon, mga alalahanin sa Palestine at din ang pang ekonomiyang banta na nagbabantang may mga alalahanin at pagkaantala sa pagkaantala ng *Dubai World Expo 2020* ngayon ay ipinagpaliban sa 2021 at kahit na ang *Qatar 2022 football world cup*. Samakatuwid, ang kanlurang bahagi ng Asya na kumokonekta sa Europa, Africa at Asya ay may isang napakahalagang papel na ginagampanan ng supply chain masyadong. Ang mga parusa sa Iran o ang panloob na pulitika ng Saudi Arabia lalo na sa kasalukuyang panahon ay maaaring maging mapaminsalang sukat. Ang mga tensyon sa mga isyu ng Israel Palestina, mahina na ekonomiya ng Jordan bukod sa Lebanon at siyempre ang nawasak na Iraq Syria sa isang hindi kilalang landas ng muling pagtatayo ay ilan sa mga pinaka kagyat na isyu[15] na walang pangmatagalang solusyon at lamang upang gawing mas masahol pa ang pandaigdigang pandemya ay narito. Speaking of the catastrophe and the global pandemic ang pinakamasamang humanitarian crisis ay Yemen as of now and yet ang mga hamon ng middle east ay hindi pa natatapos. Ito ang panahon para sa mundo na kumuha ng isang bagong pagtingin patungo sa bahaging ito ng mundo[16]

Ngayon ang tanong ay bago ang papel ay nagsisikap na tumingin nang higit pa sa Asya at pagpunta sa malalim sa kanlurang Asya at iba pang bahagi ng Asya ito ay magiging kinakailangan upang maunawaan ang Asya at kung bakit ito mahalaga. Ang pulitika ng Asya at ang mundo ng ngayon ay marahil mas konektado kaysa sa iba pang mga kontinente ng mundo. Kung titingnan natin ang iba pang mga kontinente mula sa Europa kung saan ang European Union sa sarili nito ay isang unyon na nagsasara sa pangkalahatang mga termino. Hindi sa banggitin ang Brexit na ngayon ay

---

[15] (Daniel Avelar & Bianca Ferrari, 2018) "Israel at Palestina isang kuwento ng modernong kolonyalismo"

[16] (Navdeep Suri at Kabir Taneja, 2020) na access mula sa The Hindu.com: "Sa pandemic crisis bridging the gulf with west Asia"

isang tapos na proseso. Sa ibayong dagat ng Atlantiko ay namamalagi ang sa Amerika. Sa hilagang harap mayroon kang USA na tiyak na naapektuhan ng krisis sa cov19 sa pamamagitan ng mga numero. Ang USA ay nararanggo bilang pinakamahusay na bansa sa mga tuntunin ng kahandaan sa pandemya gayunpaman dito sa tunay na mundo ang sinasabing tagapagtanggol ng libreng mundo ay nahihirapang pigilan ang covid19. Sa kabilang banda, mayroong Canada na hindi kailanman talagang isang pandaigdigang manlalaro ngunit sa mga tuntunin ng domestic kalidad ng mga pamantayan sa buhay ay pinanatili nila ang kanilang posisyon. Kahit na sa panahon ng pandemya ng Covid 19 sa kabila ng paghihirap ng Canada sa una ay pinamamahalaang upang makabalik sa track salamat sa kanilang mas mababang bilang ng populasyon at iba pang mga [17] panukala. Huling ngunit hindi ang hindi bababa sa mainland ng North America ay may Mexico na kung saan ay nanatiling isang umuusbong na ekonomiya ngunit napapalibutan at nakapaloob sa pamamagitan ng maunlad at makapangyarihang Canada at USA ayon sa pagkakabanggit. Hindi na lang ang papel nito sa pandaigdigang pulitika ay lubhang naapektuhan dahil sa nabanggit na dalawang bansa (Velasco, 2018)

Sa dulo ng hilagang Amerika at bago magsimula ang Timog Amerika ay ang maliit na bahagi ng gitnang

---

[17] (Raluca Bejan at Kristina Nikolova, 2020) na access mula sa Dalhousie University "Paano inihambing ang Canada sa ibang mga bansa sa mga kaso ng covid19 at pagkamatay"

Amerika. Ang isang rehiyon tulad ng Indian subcontinent ngunit mas maliit na hinati sa pagitan ng kahirapan stricken "Banana Republics" at isang pagbubukod sa anyo ng Panama na kung saan ay lumago dahil sa US pera. Sa pagkalat doon ay ang Caribbean kung saan ang ilan sa mga isla ay natigil sa isang rut tulad ng Haiti o naligaw Cuba at sa iba pang iba ang ilan ay umuunlad bagaman nanganganib dahil sa pandemya tulad ng Dominican Republic, Bahamas atbp. Ang tanong ay maaaring maging out forward kung bakit at kung paano ang mga ito ay mahalaga sa pandaigdigang konteksto. Sasagutin iyan mamaya. Ngayon paglipat sa timog doon ay ang katimugang bahagi ng Amerika na kung saan ginamit upang makita ang ilang oras pabalik bilang ang bagong pag asa para sa sosyalismo at isang egalitarian lipunan sa isang umuusbong na bahagi ng mundo. Ang isang lipunan kung saan ang mga lumang sugat ng kolonyalismo at kahit na mas lumang sibilisasyon at ang kanilang mga ideya ay maaaring juxtaposed para sa isang mahusay na papel na ginagampanan ng timog Amerika. Gayunpaman, simula mula sa krisis sa pera ng Argentine sa kakulangan at ang paggala off Brazil sa mas malaking haba ng dekalidad ay nabigo South America. Ang pag asa sa dalawang malalaking bansa sa anyo ng Argentina at Brazil sa kabila ng kanilang karibal ay isang uri ng pagbagsak. Bagaman ang mga bansa tulad ng Peru, Chile sa kabila ng mga problema ay lumago sa ekonomiya ngunit ang kanilang kasaganaan ay bahagya na mahalaga sa mga tuntunin ng trickle effect na maaaring ito sa Latin America.

Ang ideya ng hilaga at timog na bahagi ng Amerika pati na rin ang gitna at Caribbean criss-krus ng maraming mga bansa at ang kanilang mga indibidwal na papel, mga hangarin, tagumpay at kabiguan. Ngayon kung babalik tayo sa Asya at higit sa lahat sa kanlurang bahagi ng Asya na tinatawag ding Gitnang Silangan mula pa noong panahon ng kolonyalismo (Ramadhan, 2018). Gayunpaman tulad ng artikulo dito tumingin sa paligid ng Amerika bagaman sa maikling ang pangunahing punto ng konteksto ay upang dalhin sa pansin kung paano at bakit ang Asya ay may isa sa mga pinakamahalagang papel sa mundo. Ngayon ay bumabalik sa Gitnang Silangan, ang rehiyon ay may mahalagang papel na ginagampanan dahil ito ang pangunahing punto ng pakikipag ugnay na nagbubuklod pa rin sa rehiyon ng Asya sa mga tuntunin ng seguridad sa kanluran lalo na. Ang kanlurang asya ay nakakita ng mga kaguluhan sa mga tuntunin ng mga bansang may artipisyal na hangganan na mas kumplikado sa mga rehimeng kolonyal. Pagkatapos ay ang mahalagang aspeto ng pamamahala at demokrasya. Isang rehiyon na kung saan ay mahalaga hindi lamang para sa Asya kundi pati na rin para sa buong mundo sa mga tuntunin ng kaugnayan na hawak nito. Samakatuwid, ang kanlurang asya ay palaging isang mahalagang rehiyon ng mundo at ang magulong kalikasan nito ay nagtulak pagkatapos mundo sa mga tuntunin ng geo pulitika pati na rin. Ngayon ang tanong ay nananatiling na kung paano ang rehiyon na kung saan ay sa sentro ng kaguluhan mula noong makasaysayang beses martsa maaga na may kapayapaan at kasaganaan magkasama. Walang isang simpleng sagot sa tanong na ito kung saan ang hidwaan ay naghari sa kasaysayan.

Kanlurang asya ay may mga hidwaan sa kasaysayan na kung saan ay nadagdagan ng enerhiya pulitika, kolonyal overtures. Ang mga kapangyarihang Europeo na dating pumasok at nangingibabaw sa mga bansa ngayon ay naging malaya at mapagmataas na bansa sa kanilang sariling karapatan. Gayunpaman, ang gitnang silangang mundo ay nahati sa mga linya ng sektaryanismo, paghahati hati ng relihiyon na palaging nagtutulak sa mga tinig ng mga tao sa likod. Ang sitwasyon ay kontrolado ng mga diktadura na siyang namamahala sa mga tao sa iba't ibang relihiyon, opinyon sa pulitika atbp. Ito ang mga katangiang laging nagpapahintulot sa panghihimasok sa labas lalo na sa anyo ng dalawang kapangyarihan sa mundo sa anyo ng USA at Russia. Ang siglo na kung saan ay touted bilang isang Asian siglo at sa dalawang dekada Asya ay tiyak na nagpunta sa sa paraan upang gawin itong totoo pati na rin gayunpaman ay nangangailangan upang tumingin sa kanlurang Asya bilang ang unang hakbang para sa isang Asian pagkakaisa. Ang rehiyon ng kanlurang asya na may digmaang nawasak na mga bansa at ang larangan ng digmaan para sa proxy war sa pagitan ng dalawang kapangyarihang Islamiko sa Asya ay hindi maganda ang kalagayan para sa kontinente. Ang mga ruta ng enerhiya at ang kahalagahan ng rehiyon lamang hindi para sa Asya at sa mundo ay may

[18]. Ang rehiyon na kung saan ay nakuha ang ilan sa mga pinakamayamang bansa sa mundo ay din naging isa sa mga pinaka tao refugee nag aambag rehiyon lalo na sa Europa. Ang mga ito ay ilan sa mga pinakamalaking katanungan na kung saan ay kailangang tingnan at pinagsunod sunod bagaman ito ay mangangailangan ng halaga ng oras

Integrasyon ng ekonomiya ng Asya

Ngayon kung lumipat tayo sa ibang bahagi ng Asya ay maaaring ito ay gitnang Asya tulad ng ito rin tulay Europa sa Asya at hindi sa banggitin ito ay ang backyard ng Russia. Naging kalmado ang Gitnang Asya sa kabila ng pagiging mayaman sa enerhiya. Ito ay hindi upang banggitin na nagkaroon pampulitika scuffles o sa halip ipakita ng militar lakas ngunit ang pampulitikang balanse doon ay kaya magkano sa pabor ng Russia na ito bahagya gumagawa ng anumang pagkakaiba sa mundo. Sa mga tuntunin ng kahalagahan nito para sa Asya ang rehiyon ng gitnang Asya ay dating isang pangunahing sentro ng kalakalan ng sutla at pagkatapos ay post USSR rehimen ay naging ang hotbed ng enerhiya pulitika. Sinusubukan ng Russia na panatilihin ang rehiyon sa kontrol at kahit na agresibo. Noong 2008 ay sinalakay ang Georgia ng Russia ngunit nanahimik ang mundo tulad ng mga kapitbahay ng

---

[18] (F. Rizvi, 2011) na access mula sa onlinelibrary.wiley.com "Higit pa sa panlipunang imahinasyon ng clash of civilizations"

Georgia. Ngayon sa kasalukuyang panahon ng krisis ng covdi19 ang gitnang Asya ay medyo hindi gaanong naapektuhan at ang mga bansa tulad ng Turkmenistan ay nasa normal na mode ng senaryo. Ngayon ang tanong arises na ay central Asia maging mas mahalaga kaysa kailanman post US S.R. rehimen. Ang sagot ay magiging oo ngunit gayunpaman sa ilalim ng impluwensya ng Russia. Dahil doon ay naging napakahalagang manlalaro ang bahaging ito ng Asya sa pandaigdigang pulitika (Patakarang Panlabas, 2020). Ang ideya para sa rehiyon sa gitnang Asya ay upang panatilihin sa pag unlad ng kani kanilang mga rehiyon habang din balansehin Russia. Maaaring maiugnay ito sa ilang mga bansa tulad ng Azerbaijan samantalang ang mga bansa tulad ng Kazakhstan, Uzbekistan ay nagpipigil pa rin ng soberanya.

Ngayon ang tanong ay ano ang dahilan kung bakit napakahalaga ng rehiyon ng gitnang asya at ano ang mga hakbang na magagawa nito para sa mas malaking kaunlaran at kooperasyon sa loob ng asya. Na mangangailangan ng mga bansang ito sa gitnang Asya na magsama-sama. Bagama't bahagi sila ng *unyon ng Eurasian* at gayundin ng *Shanghai Cooperation organization* kapwa ipinapakita ng mga organisasyong ito ang isang napakaibang panukala. Ang dating ay mas katulad ng isang unyon na idinisenyo upang mapanatili ang Russia sa pamamahala. Samantalang ang huli ay mas multilateral at maraming manlalaro na kinabibilangan ng China, India, Pakistan at syempre Russia din. Samakatuwid, ito ang platform na maaaring tingnan para sa paggamit ng gitnang Asya upang bumuo sa mga proyekto ng imprastraktura ng enerhiya bilang unang hakbang. Na maaaring makita bilang unang plataporma at ito ay mula sa kung saan ang ibinahaging kasaganaan ng Asya lalo na pagdating sa seguridad sa enerhiya sa kabila ng paglalaro ng laro ng tunay na politik ay maaaring ayusin. Karamihan sa mga bansa sa gitnang Asya ay hindi gumagana sa demokrasya o ay pseudo demokrasya gayunpaman upang panatilihin ang kaguluhan ang layo ang lahat ng ito ay depende sa pagpapanatili ng pag unlad ng trabaho pagpunta. Sa pag unlad ay may ilang mga bansa na kung saan ay nauna ngunit ang ilan sa mga bungkos ng mga bansa sa gitnang asya ay mababa pa rin ang pag unlad ng tao kung saan ang mga bansa tulad ng india sa kabila ng kanyang sariling mga hamon sa pag unlad ng tao ay maaaring pumasok. Not to mention ay nag invest na ang China sa kanilang mga kapitbahay pero baka ayaw na irk ang Russia na itinuturing itong exclusive backyard nila.

Ang ideya ng koridor ng enerhiya sa asya at higit sa lahat ang dinamika ng kalakalan ng enerhiya ay kung saan ang rehiyon ng gitnang asya ay may isang pangunahing kahalagahan. Kung titingnan natin ang mga bansa sa gitnang asya na kinabibilangan din ng mga bansang karamihan ay nagtatapos sa " *stan*" tulad ng Tajikistan, Turkmenistan, Kazakhstan, Uzbekistan kung saan ang Kazakh ay isa ring malaking bansa ay marami pang dapat i play para sa rehiyong ito. Ang kanilang mga kasosyo sa kalakalan ay maaaring maging higit pa sa mga bansa sa Asya. Ang Tsina ay namuhunan na ng maraming sa mga bansang ito hindi sa banggitin na ang India ay tumitingin din sa rehiyon sa mga tuntunin ng enerhiya at ang patakaran sa seguridad pre covid19 pandemic. Gayunpaman, post pandemic na ito ang equation ng lahat ng mga bansa sana ay nagbago at Asian bansa lalo na kung sino ang maaaring maglaro ng isang mas bridging papel at tumagal ng pasulong ang "Asian Energy Sphere" (Ramadhan, 2018). Ang buong ideya ng mga bansang gumagawa ng enerhiya ng Asya mula sa kanluran tulad ng Saudi Arabia, Qatar & Iran hanggang sa mga bansa sa gitnang Asya ng Uzbekistan, Kazakhstan at maging hanggang sa Timog at Timog Silangang Asya ay maaaring mukhang malayo ngunit posible ito. Sa katunayan, katulad ng mga tren ng kargamento na nagpapatakbo sa pagitan ng Asya at Europa ng Tsina at India ay maaari ring maging isang katotohanan sa anyo ng mga pipeline ng enerhiya. Ang investment ay nangyari sa ilan sa mga lugar ngunit mayroong isang pulutong ng higit pa na maaaring inaasahan. Iran sa kanyang Chabahar port ay lumitaw bilang isang bagong enerhiya at kalakalan ruta overcoming ang mga parusa ng kanluran pragmatiko.

Ang buong rehiyon ng gitnang Asya sa sandaling ito ay nagsisimula sa pagbuo ng imprastraktura bagaman hindi lamang mga proyekto pinangarap ng Tsina sa anyo ng "*One Belt, One Road*" inisyatiba ngunit katulad sa mga linya at mas inclusive pati na rin. Maaaring maging plataporma ang Gitnang Asya kung saan maaaring mangarap ang Asya na makasiguro ng enerhiya, pagpapaunlad ng imprastraktura at higit sa lahat ay magkaroon ng kaunlaran para sa buhay ng mga mamamayan. Ang ilang mga bansa ay nagawa o nasa proseso habang may iba pa na tila humahawak pa rin sa kanilang sariling pagkakakilanlan bilang isang bansa at maaaring magkaroon ng mas maraming oras na kailangan para sa kanila upang mahanap ang direksyon na iyon (Narins & Agnew, 2020). Gayunpaman, ang isang bagay na kung saan ay mahalaga ay upang tandaan na ang imprastraktura na sinamahan ng enerhiya kalakalan at isang balanseng geo pampulitika view ay maaaring magdala sa kasaganaan sa rehiyon [19]. Asya na kung saan ay may isang malaking pang ekonomiyang pag unlad kalsada sa kabila ng paggawa ng mabuti sa huling 40 taon o higit pa sa mga tuntunin ng paglago ng ekonomiya at pagbabawas ng kahirapan ay kailangang gawin ito ng isang notch karagdagang. Dito papasok ang papel ng gitnang Asya. Ang Europa ay nakasalalay sa Russia para sa enerhiya ngunit nakikipagkalakalan din sa iba pang mga bansa sa gitnang Asya. Gayunpaman, pagdating sa Asya ang mga bansa sa gitnang Asya ay may maraming mga merkado na maaaring tingnan at potensyal din para sa kooperasyon tulad ng nabanggit nang mas maaga upang maitayo ang rehiyong ito bilang lugar kung saan maaaring kumonekta ang lahat ng bahagi ng Asya. Ang koneksyon na maaaring mangyari sa ibabaw ng

---

[19] (Eleanor Albert, 2019) na access mula sa Thediplomat.com "Rusya, alternatibong enerhiya ng kapitbahayan ng Tsina"

ibinahaging pangitain ng pang ekonomiyang kasaganaan para sa pag unlad ng kontinente.

Kung lumipat tayo mula sa Gitnang Asya habang nagpapatuloy sa konteksto ng pag unlad at kasaganaan ng ekonomiya pagkatapos ay kailangang tumingin ang isa patungo sa rehiyon ng Silangang Asya. Sa mga tuntunin ng per capita kita pati na rin ang pag unlad kahit na ito pa rin marginally sa likod ng per capita kita ng kanlurang Europa, USA, Canada, Australia gayunpaman walang iota ng pagdududa na ang bahaging ito ng Asya ay tunay na leapfrogged ang Asian panaginip. Ang bahagi ng Asya na industriyalisado sa pinakamaagang yugto bukod sa Europa at USA ay nasa rurok ng tagumpay ng Asya sa pamamagitan ng himala [20]ng Silangang Asya . Sa sandaling ang isa ay tumingin sa rehiyon ng Silangang Asya ang isa ay maaaring mahanap ang mga mas maliit na bansa tulad ng European kontinente ngunit mabigat industrialized o negosyo hubs tulad ng Japan, South Korea, Taiwan, Hong Kong, Macau atbp. Ang silangang bahagi ng Asya ay may tanging bansa sa Asya na nakapag ward off ng mga kapangyarihang kanluranin at sa katunayan bilang isang imperyal na kapangyarihan mismo sa anyo ng Japan. Ang bansang nawasak noong world war 2 sa

---

[20] (Birdsall, Nancy M. Campos, Jose Edgardo L. Kim, Chang-Shik Corden, W. Max MacDonald, Lawrence Pack, Howard Page, John Sabor, Richard Stiglitz, Joseph E. 1993) na access mula sa documents.worldbank.org "Ang himala sa Silangang Asya: paglago ng ekonomiya at patakaran ng publiko"

karumal dumal na insidente ng nuclear catastrophe ngunit dumating bilang isa sa mga pangunahing hub ng pagmamanupaktura sa Asya. Ngayon ay nahihirapan ang Japan sa covid19 pandemic at mayroon ding dagdag na pagkabalisa kung magaganap ang Tokyo Olympics o hindi. Na ang Olympics ay ipinagpaliban sa susunod na taon at ang bagong Abenomics ng rejuvenated Japan pagpunta pabalik sa manufacturing pati na rin ang serbisyo ekonomiya bolstering ay may mga hamon na nakaharap sa hinaharap.

Ngayon ang pinakamahalagang tanong ay kung saan maaaring dumating ang Silangang Asya at akayin ang Asya at pati na rin ang mundo sa susunod na yugto. Doon pumapasok ang papel ng "China". Mula sa makasaysayang panahon hanggang sa makabagong panahon maliban sa kolonyal na pagsakop sa bansang ito ay laging malaki at mahalagang bahagi ng mundo. Pagmamalaki ng isang sinaunang kabihasnan at din ng isang mayamang larangan ng kultura Ang Tsina ay nagkaroon ng mahabang nakaraan ng kasaysayan ng inobasyon at ngayon sa modernong panahon ang Tsina ay nagawa na kumuha sa balabal ng "Tagagawa" ng mundo (Minghao, 2016). Quantum leaping time frame at paglipat nakaraang industriyalisado kanlurang Europa bansa ngayon Tsina ay na bansa ng mundo na ay nagawa upang isulong ang Asya bukod sa kanyang grand scale ng negosyo at kalakalan at paglipat ng balanse ng kapangyarihan mula sa kanluran karapatan sa "*Pivot ng Asya*"[21]. May mga isyu na itinaas sa China maging ito ay geo pampulitika, paglabag sa karapatang pantao o mahalaga ang kanilang panloob na pampulitikang mekanismo gayunpaman walang alinlangan na ang Tsina ngayon ay ang sentro ng pulitika ng Asya at din ang tanging kapangyarihan na lumilitaw upang hamunin ang kanluraning militar ay maaaring pati na rin. Gayunpaman, ang tanong na kung saan ay mas mahalaga na ang pag usbong ng Tsina ay naging mapayapa kung saan ang iba pang mga bansa sa Asya ay maaari ring lumapit upang suportahan ang Tsina. Ang sagot bagaman ay napaka generalized ngunit maaari pa rin itong makita bilang ang sagot mula sa isang pulutong ng mga Asian quarters hampering "Asian Pax Lens" (Lu et al.2018).

Ang himala ng Silangang Asya ay ang himalang iyon na nagtulak sa mga bansa tulad ng South Korea, Japan at China na huli sa hanay ng kahirapan sa ilan sa mga pinakamahalagang economic powerhouse ng mundo ngayon. Dito nagiging napakahalaga ng papel ng silangang asya para sa kasalukuyang panahon sa gitna ng covid19 pandemic at post pandemic na mamuno sa asya. Na South Korea ay lumitaw bilang isang matagumpay na pag aaral ng kaso. Katulad nito, ang China bagaman pinuna para sa paunang lihim nito sa pagpapaalam sa mundo ng virus at ang allowance

---

[21] (Premesha Saha, 2020) na access mula sa orfonline.org "Mula sa 'Pivot to Asia' sa Trump's ARIA: Ano ang nagtutulak sa kasalukuyang Patakaran ng US Asia

nito para sa pagkalat ng virus ay pinamamahalaang pa rin na hawakan ang mga impeksyon sa virus sa bay bilang bawat kanilang mga talaan. Bagaman kasabay nito ang Tsina ay nasangkot sa diplomatiko at geo pulitikal na tensyon malapit at malayo mayroon pa rin itong papel na malayo sa katapusan. Sinubukan ng China na pangalagaan ang kanilang reputasyon sa pamamagitan ng pagbibigay ng mga maskara at iba pang kagamitan na kailangan para sa paglaban sa covid19 gayunpaman may tiyak na nasira na ginawa sa reputasyon ng China bilang isang tatak ng bansa. May napakahalagang konteksto dito para sa China sa halip na maging assertive sa kanilang tinatawag na "Wolf Warrior" diplomacy (CNN.com). Isang diplomasya na suportado ng agresyon ngunit ang Tsina ay maaaring magkaroon ng pagkakataon na kung saan ay nawawala sa oras upang mapalapit ang mga bansa sa Asya. Nawala ang inisyatibo ng Tsina na dating nakita mula sa kanila at ngayon ang kontinente ay naghahanap upang lumayo sa kanilang impluwensya (Liang 2020). Maaaring manatili ito nang matagal ngunit ang gawain para sa Tsina ay nagsisimula ngayon mismo.

Ang kooperasyon ng mga bansang Asyano sa Tsina ay magsisimula lamang sa tunay na kooperasyon. Dito ang salitang "tunay" ay maaaring tila utopian o hindi makatotohanan sa mundo ng internasyonal na relasyon. Gayunpaman, posible ito kung ang Tsina ay maaaring bumuo ng tiwala ng mga bansa sa Asya at pumunta malambot sa kanilang mga teritoryal na hangarin. Sa kabilang banda, ang Japan, South Korea ay nagsisikap na lutasin ang kanilang sariling mga hindi pagkakaunawaan bagaman kailangan din ng South Korea na panatilihin ang alerto sa kanilang hilagang kapitbahay sa anyo ng Democratic People's Republic of Korea (North Korea). Ang mga insidente ng kaguluhan sa Hong Kong at ang kamakailang pagpasa ng batas ng Tsina sa Hong Kong na sumasakop sa kanilang autonomous status. Ang mga overtures ng China patungo sa Taiwan ay din sa parehong mga linya. Ang mga irritant na ito na kung saan ang China ay naging sentro ng ay din ang pagmamaneho ng Asian pulitika. Ang isang pangunahing paglipat ng patakaran para sa Asya ay maaaring dumating lamang kapag ang iba pang mga bansa sa Asya ay maaaring magsama sama bilang isang alternatibo sa Chinese assertion else kung ang China ay magbabago ng kanilang paraan tulad ng nabanggit sa itaas na talata. Ang pangalawang alternatibo ay tiyak na isang malayong isa at higit pa sa mga linya ng utopian na isinasaalang alang ang bersyon ng Tsino ng "Real Politik" (Johnston, 2019). Gayunpaman, pagbalik sa unang salaysay ito ay posible kung ang ideya ng pagkakaisa ng Asyano ay isinasaalang alang sa mundo ng post pandemic kung saan ang pamumuhunan, kalakalan at ekonomiya ay kailangang tingnan sa higit pa sa kita. Ang kooperatibong aksis ng kapitbahayan ng silangang asya ay maaaring magkaroon ng pagbuhos sa buong kontinente.

Ang mga bahagi ng Asya na kung saan ay hindi pa tatalakayin ay ang Timog Silangan at Timog Asya. Kung titingnan natin ang rehiyong ito ang geo politika ng Asya at din ng mundo ay nakasentro sa dalawang mahahalagang rehiyon na ito sa kasalukuyang panahon.

Kung ang isa ay magsisimulang tumingin sa Timog Silangang Asya ito ay ang rehiyong iyon na nagawa upang mabuo ang kanilang sub rehiyonal na pagpapangkat sa anyo ng ASEAN na nagtrabaho nang maayos. Ang rehiyon ay maaaring hatiin sa tatlong kategorya ng mga bansa ang ilan sa mga ito ay lubos na maunlad, umuunlad at hindi gaanong maunlad. Ang pinakamaunlad na magiging Singapore, Malaysia at Brunei. Samantalang ang Indonesia, Vietnam at Thailand, Pilipinas ay umuunlad at may mahalagang bakas na sa Asya at lumalagong pandaigdigang ekonomiya din. Last but not the least ay ang Cambodia, Laos at Myanmar ang hindi gaanong maunlad. Ngayon ang mahalagang rehiyong ito ng Asya ay maaaring tawaging bagong "economic bubble of Asia". Ang mga lugar tulad ng Singapore at kahit Malaysia ay naitatag na ang kanilang sarili bilang mga sentral na punto ng serbisyo at pagbabangko. Mayroon silang sariling mga panloob na dibisyon ng etniko na mas maliwanag sa Malaysia na dumadaan sa mga kaguluhan sa pulitika bago pa man tumama ang pandemya at patuloy pa rin. Ang Brunei naman ay isang oil rich nation at mayroon ding isang napaka Islamic oriented na lipunan. Ang brunei sa timog silangang asya ay parang repleksyon ng mga bansa sa kanlurang asya. Samakatuwid, ang mga mayamang ekonomiyang ito ng timog silangang Asya ay may mahalagang papel sa pamumuhunan at kalakalan sa kontinente ng Asya (Huang, 2016).

Sa kabilang banda, kung titingnan natin ang mga umuunlad na bansa ng Thailand, Indonesia, Vietnam at Pilipinas lahat ng ito ay may imperatibo sa ekonomiya kundi mayroon ding responsibilidad sa seguridad. Sa kasamaang palad, ito ay may kaugnayan sa isang bansa sa Asya sa anyo ng Tsina. Ang rehiyon ng timog china sea na kung saan ay may china muli bilang isang karaniwang kadahilanan na may kaugnayan sa kontrol sa timog china at ang mga diumano'y yaman nito [22]. Ang apat na bansang nabanggit ay may napakahalagang konteksto sa mga tuntunin ng pulitika ng geo security kung saan pumapasok ang US, India, Japan, South Korea at maging ang Australian equation. Ang paglago ng ekonomiya ng vietnam ay tiyak na naging bagong usapan ng asya at katulad nito pilipinas sa kabila ng kahirapan, irascible president at societal problems hindi na lang sa nalalapit na banta ng ISIS ay nagsisikap pa ring lumago bagaman marami pang trabaho. Kasunod nito ay ang Thailand na matagal nang namumuhunan sa mga proyektong pang imprastraktura sa mga bansa sa Asya sa kabila ng pagkakaroon ng sariling hamon sa ekonomiya at kaguluhan sa pulitika. Ang Thailand ay naging isang mahalagang bansa na may kaugnayan sa kalakalan at may mahalagang posisyon sa mga tuntunin ng transit ng kalakalan ng Asya. Dito na ang kahalagahan ng Thailand at naging bukod sa ekonomiya nito na nakabase sa turismo. Huling ngunit hindi ang pinakamaliit ay ang Indonesia na kung saan ay touted bilang ang susunod na malaking ekonomiya ng Asya bukod sa India. Ito ay nagdusa mula sa mga kolonyal

---

[22] (Rahul Mishra, 2020) na access mula sa Thediplomat.com "Ang mga sugat ng Tsina sa sarili sa South China Sea"

na problema kabilang ang kahirapan at pang ekonomiyang mga isyu ngunit Indonesia off huli ay nagsisimula upang lumitaw bilang isang mahalagang at kooperatiba player sa Asya sa paglipas ng panahon.

Pagkatapos ay susunod sa linya ang hindi bababa sa binuo bansa tulad ng Cambodia, Laos at Myanmar na kung saan ay mahalaga. Mayroon silang isang mahalagang papel ng kanilang sariling bilang hindi lamang sila ay may isang papel ng pag unlad para sa kanilang sarili at sa turn para sa kontinente ngunit din, mayroon silang isang mahalagang sukat ng seguridad na may kaugnayan sa mga aspeto ng ekonomiya masyadong. Ang Tsina ay hinahasa ang mga bansang ito para sa pagpapaunlad ng imprastraktura na sa papel ay maaaring mukhang maayos ngunit mayroon ding posibilidad ng panghihimasok sa mga panloob na gawain habang ang mga ulat ay lumilitaw mula sa Myanmar sa mga nakaraang panahon (Hillman, 2018). Nagreklamo ang gobyerno ng Myanmar na ang China ay nag uudyok ng mga terror group sa Myanmar. Sa bansang nasa cross road ng South East at South Asia, ang India rin ay masigasig na namumuhunan at nanatili rin ang patuloy na relasyon. Sa katunayan, nagawa ng India na magsagawa ng kirurhiko strike laban sa mga insurhente ng hilagang silangang India sa pakikipagsabwatan sa pamahalaan ng Myanmar. Na nagpapakita ng India alam na ang Myanmar ay isang mahalagang bansa gayunpaman hindi gaanong binuo ngunit may napakalaking potensyal sa paghawak ng ilan sa mga mahahalagang mapagkukunan sa anyo ng mga mineral pati na rin mula sa estratehikong lokasyon nito mula sa isang punto ng seguridad. Ito ay isang bansa na itinuturing ng India bilang isang bahagi ng pinalawig na kapitbahayan sa silangang bahagi bagaman ang Tsina ay namumuhunan nang malaki sa Myanmar at na may mahalagang pananaw sa seguridad sa anyo para sa India. Ang Tsina ay nagsisikap din na gawin ang "Mask Diplomacy" sa Myanmar sa panahon ng krisis [23] sa Covid 19 .

Ang tanong gayunpaman ay kung paano ang pamahalaan ng Myanmar ay umuunlad at pupunta sa malapit na hinaharap. Ang Myanmar ay isa sa mga bansang nahahati sa etniko sa Asya at hindi na lang sa krisis ng Rohingya na nagpalubog sa Myanmar sa mga pandaigdigang balita. Ang krisis na ito ay nangangahulugan din ng isang dent para sa "Aung Sa Suu Kyi" na nakita bilang tagapagtanggol ng demokrasya sa Myanmar. Gayunpaman, ang kanyang papel sa pagharap sa krisis sa Rohingya ay hindi tiningnan nang maayos ng kanluran. Hindi lamang siya natanggalan ng maraming pagkilala mula sa kanluran dahil sa kanyang pakikipaglaban para sa kapayapaan at demokrasya ngunit nangangahulugan din ito na nagkaroon ng pagbabago sa dinamika ng pulitika ng Myanmar na ngayon ay gumawa ng isang hardliner Buddhist diskarte. Isang bansang nakabatay sa relihiyon upang pag isahin ang hati hati na bansa ng

---

[23] (Alicia Chen, Vanessa Molter 2020) na access mula sa fsi.stanford.edu "Mask Diplomacy: Mga Narrative ng Tsino sa panahon ng COVID"

mga lahi at relihiyon sa loob ng malaking panahon. Ang kahalagahan ng Myanmar ay mananatili bilang isang strategic threshold country at patuloy na lalago. Huling ngunit hindi ang hindi bababa sa dumating Cambodia at Laos na kung saan ay sinusubukan upang mabawi ang pang ekonomiyang impetus at upang maging sa paglago engine ng Asian kuwento gayunpaman ito ay nakasalalay pa rin sa pangunahing Chinese pamumuhunan[24]. Hindi lamang na ang pampulitikang istraktura nito ng komunismo ay matagal na ring na leveraged ng mga Tsino. Mahalagang magamit ang kasalukuyang pandemya bilang isang watershed moment at ang iba pang mga bansa tulad ng India, Japan, South Korea upang mamuhunan sa mga bansang ito para sa pagsasakatuparan ng pangarap na matupad ang "Lens ng Asian Pax" na kung saan lamang ay paganahin ang pagsasakatuparan ng Asian bloom.

Ngayon ay dumating ang rehiyon ng Timog Asya sa sentro ng kung saan ay namamalagi ang isang napaka kumplikadong kapitbahayan at isang kapangyarihan pakikibaka. Isang pakikibaka para sa kapangyarihan na kung saan ay tulad ng isang tatsulok na kuwento ng pag ibig. Isang pag ibig para sa paghahanap at kontrol ng isa sa mga pinaka hindi pa maunlad na rehiyon ng Asya ngunit ang isa na kung saan ay humahawak ng pinakamaraming halaga ng potensyal at paglago hindi lamang sa kasalukuyang panahon kundi pati na rin sa

---

[24] (Chee Meng Tan, 2015) na access mula sa theasiadialogue.com "Pamumuhunan sa imprastraktura at problema ng imahe ng Tsina sa Timog Silangang Asya"

hinaharap na hinaharap. Ang paghahanap ng kapangyarihan sa pagitan ng edad lumang geo pampulitika karibal India at Pakistan at hindi sa banggitin upang gumawa ng mga bagay na maanghang sa ito tatsulok na kapangyarihan quest ang equation ng China (Guo et al 2019). Isang ideya para sa maunlad at lumalagong Asya na nagkakaisa sa paghahanap nito ang pinaka hamon sa rehiyong ito. Ang rehiyon ay may pinakamahalagang konteksto para sa India. Sa kasalukuyang konteksto ng mga hamon ng covid19 pandemic pa rin ang pagpunta sa India ay nagkaroon ng isang clash sa China sa Galwan lambak sa isang mahabang listahan ng mga salungatan sa pagitan ng mga ito. Ang hidwaan sa pagitan ng Tsina at India ay natabunan ng India at Pakistan sa loob ng hindi bababa sa 7 dekada. Gayunpaman, ang kasalukuyang konteksto ng larong pampulitika sa Asya ay may malaking kahalagahan sa konteksto ng umuunlad na relasyon. Relasyon sa pagitan ng Tsina at India ang dalawang edad lumang kabihasnan na naging modernong bansa estado ay pumili sa isang bagong edad karibal (Hillman, 2018). Ang kaugnayan sa pagitan ng dalawang edad lumang sibilisasyon mula sa mga contact sa kultura at mga pagbisita sa iskolar ay naka isang bagong dahon bilang ng mga oras ngayon.

Ang India at China ay nasa sentro hindi lamang ng pulitika sa Timog Asya kundi pati na rin sa pandaigdigang larangan [25]. Bagamat sa dami ng

---

[25] (Ayush Jain, 2020) na access mula sa eurasiantimes.com "Pagkatapos ng Galwan, ang Himachal ay maaaring maging

ginastos ng China ay mas malaki ang kanilang puhunan o diumano'y tulong sa mga bansa hindi lamang sa Asya kundi pati na rin sa Africa pati na rin sa Latin America. Gayunpaman, pagdating sa Asya ay may isang napaka kakaiba at kumplikadong karibal na ay brewing sa ilalim ng init ng India Pakistan o para sa China na may sariling mga panloob na pampulitikang problema pati na rin ang kanyang mga kapitbahay at hindi upang kalimutan din ng isang geo pampulitika karibal sa Japan at South Korea pati na rin ang ASEAN bansa na egged sa pamamagitan ng USA sa lahat ng posibilidad. Ang ideya ng pulitika ng Timog Asya ay karaniwang limitado sa India Pakistan at paminsan minsang pagtukoy sa Srilanka, Bangladesh at off late Nepal at Bhutan. Gayunpaman kung paano ang lahat ng rehiyon na ito ay nagiging makabuluhan at hindi kailanman napag usapan ang tungkol sa ganoong halaga. Ang dahilan ay dahil ang rehiyon ay tiningnan bilang isang extension lamang ng India sa anyo ng subkontinenteng Indian na walang pagkakasala na sinadya sa lahat ng iba pang mga karapatan na ipinagmamalaki ang mga bansang may soberanya sa India. Speaking of pagtingin sa rehiyon sa kasamaang palad ito myopic vision ng hindi lamang kanluran kundi pati na rin ang rehiyon ng Asya pati na rin. Timog Asya sa maraming mga parameter lalo na sa kalusugan, edukasyon pati na rin ang kalidad ng buhay ay maaaring ihambing sa Sub

---

susunod na malaking isyu sa pagtatalo sa hangganan ng India at Tsina"

Saharan Africa na may sukdulang pagsasaalang alang para sa parehong mga rehiyon pati na rin ang mga hamon na kinakaharap nito.

Ang rehiyon ng Timog Asya at ang papel ng India ay ngayon ay nagbago mula lamang sa isang tagapagbigay ng tulong sa isang pinuno at ang isa na maaaring gabayan ang buong rehiyon. Dahan dahan at patuloy na ginagampanan ng India ang papel na iyon. Isang papel na kung saan ay mahalaga para hindi lamang sa rehiyon ng Timog Asya kundi pati na rin para sa buong kontinente. Inagaw na ng India ang papel na ginagampanan niyan sa paglulunsad ng South Asia climate satellite, infrastructure build up at pagbubukas ng mga bagong ruta ng kalakalan gayundin ng kooperasyong pangkalusugan, agham at teknolohiya. Gayunpaman, sa gitna ng lahat ng India na ito ay naging napaka maingat at banayad sa side track Pakistan. Ito ay tiyak na ang dahilan kung bakit ang India ay nagbukas ng mga bagong platform sa magkabilang panig ng subcontinent tulad ng *BIMSTEC, Chabahar port project pati na rin sumali sa Shanghai Cooperation Organization.* Lahat ito ay naging bahagi ng pagbabago ng India sa Asya. Gayunpaman, dapat ding tandaan na may anggulo ng China Pakistan dito. Ang anggulo na kung saan ay nagsasangkot din ng iba pang mga manlalaro sa Asya magkano ang lampas sa subcontinent tulad ng Iran, West pati na rin ang Gitnang Asya. Isang labanan para sa kapangyarihan at impluwensya ang naroon sa rehiyon ng Timog Asya bago pa man dumating ang pandemya. Ngayon post covid19 scenario bilang ang kanlurang mundo lumubog at ang kapangyarihan fulcrum paglipat patungo sa Asya sa USA pivot sa Asya programa pati na rin ang geo pampulitika tensyon sa pagitan ng USA at China darating up doon ay isang bagong papel para sa South Asia sa ngayon.

Ang isang rehiyon na kung saan ay may maraming kasaysayan at ang ilan sa mga pinakalumang kabihasnan sa mundo at ang kanilang impluwensya na nakaukit sa isipan ng mga kabihasnan ng tao ay ngayon ay muling sumikat. Katanyagan sa anyo ng clash, pakikipagtulungan at karamihan ay isang halo ng parehong sa anyo ng relasyon[26] ng India at China. Gayunpaman, hindi dapat kalimutan ng isang tao na sa rehiyon ng Timog Asya na napapaligiran ng Kanluran, Gitna, Silangan at Timog Silangang Asya ang rehiyon ay may isang napakahalagang lugar ng sarili nitong. Tunay na kung ang Asian siglo ay may dumating buong bilog na ito rehiyon ng Timog Asya at lalo na ang India at ang mga kapitbahay nito ay may papel na ginagampanan. Sa panahon ng pandemya ay nadagdagan ang pharmaceutical export mula sa India bukod sa diplomasya ng gamot hindi upang banggitin na ang China ay ginagawa din iyon sa kabila ng mga paratang laban sa kanila. Gayundin, ang paglago ng kalakalan, koridor ng enerhiya at ang pagpapabuti ng kalidad ng buhay ay ang pinakamahalagang kadahilanan na nagtutulak hindi lamang sa pulitika sa bansa kundi

---

[26] (Antara Ghoshal Singh, 2020) na access mula sa Thehindu.com "Ang standoff at Indian policy dilemma ng Tsina"

pati na rin sa internasyonal na pulitika. Ang isang rehiyon na kung saan ay kritikal sa bagong proyekto ng kalsada ng sutla ng Tsina bukod sa mga proyekto ng pipelines ng enerhiya ng India upang kontrahin ang tinatawag na pagkubkob ng Tsina ng India sa pamamagitan ng *String of Pearl ng pamumuhunan* sa mga mahahalagang proyekto ng imprastraktura sa buong mga karatig bansa ng India ay tiyak na may sapat na mga dahilan upang tingnan ang Timog Asya na hindi lamang maaaring balewalain pa .[27] Dumating na ang panahon para sa rehiyon ng Timog Asya na sumulong at walang napapalibutan ng peti pulitika ng mas lumang malalaking kapangyarihan habang lumilitaw ang bagong kaayusan sa Asya.

Pagsulong mula sa mga rehiyonal na hangarin ng mga subrehiyon ng Asya ay may mas malaking papel ng Asya at Asya lamang sa mundong ito ng kasalukuyan. Ang kontinente na kung saan ay ang pinakamalaking naninirahan lupain sa mundo ay may mga hamon at problema ng kanyang sarili. Ang ilan sa mga pinaka kumplikadong problema sa kasaysayan sa mundo ay namamalagi sa kontinente ng Asya (Fan, 2007). Ang geo pampulitika karibal sa pagitan ng North at South Korean peninsula, ang relihiyosong karibal sa pagitan ng Israel at Palestina at din Israel sa iba pang mga Arab estado at Iran masyadong hindi upang kalimutan ang nuclear powered nakakatakot

---

[27] (G.S. Khurana, 2008) na access mula sa tandfonline.com "Ang String of Pearls ng Tsina sa karagatan ng India at ang mga implikasyon nito sa seguridad"

pagkakaaway sa pagitan ng India at Pakistan na may isang China anggulo at huling ngunit hindi ang hindi bababa sa isang proxy digmaan batay karibal sa pagitan ng Islamic mundo ng Shia Iran vs Sunni Saudi Arabia din kabilang ang iba pang mga manlalaro pati na rin. Ang mga problemang nabanggit dito ay napakaganda. Ang mga bumagsak na bansa ng Iraq at Syria na naging palaruan ng mga manlalaro ng kapangyarihan tulad ng Russia, USA, Western Europe at Iran at Saudi Arabia ay kailangang tingnan nang may napakaseryosong pagsasaalang alang. Ang kanlurang asya ay isa sa mga pinaka volatile na rehiyon sa asya na may maraming mga stake para sa pagbuo ng hinaharap na kasaganaan at kooperasyon sa loob ng asya at gayundin ang epekto nito sa mas malaking mundo. Asya ay kailangang dumating magkasama at subukan upang panatilihin insulated mula sa iba pang mga kapangyarihan lalo na mula sa kanluran upang bumuo at Asian centred mundo at din upang ihinto ang leverage ng mga kapangyarihang ito sa Asya at ito ay kung ano ang magtutulak Asian panaginip maaga [28].

Ang ideya ng paglutas sa mga problemang ito lalo na sa Korean peninsula ay lumampas sa mga kapangyarihan na lampas sa rehiyong iyon. Matagal na ang isyu at wala pa ring solusyon. Katulad nito, para sa Israel at Palestina ang western backing ng Israel pati na rin ang kanyang bagong natagpuan kaibigan laban sa Arab mundo backed Palestina ay maaaring magkaroon

---

[28] (P. Duara 2001) na access mula sa jstor.org "Ang diskurso ng sibilisasyon at Pan Asyanismo"

ng isang solusyon sa pamamagitan ng dalawang estado solusyon na kung saan ay hindi nangyari. Tulad ng para sa Indya at Pakistan ilang digmaan mamaya at terorismo suportado ng Pakistan sa problema Indya ang uneasiness ay namamalagi sa pagitan ng dalawang kapitbahay na ito sa kanyang pagbuhos sa ibabaw sa buong Indian subcontinent o South Asia. Tulad din ng nabanggit, may anggulo ng Tsina. Sa gitna ng lahat ng ito ang karibal sa pagitan ng Iran at Saudi Arabia na kumalat sa buong kanlurang Asya at rehiyon ng Hilagang Aprika sa pamamagitan ng kanilang mga proxy war sa Yemen, Syria, Iraq, Libya at kahit na Egypt bukod sa iba pang mga kapangyarihan sa paglalaro ay mahalaga sa konteksto ng pag stabilize ng rehiyon ng Asya [29]. Hindi upang kalimutan na may iba pang mga fracture line sa kanlurang Asya sa pagitan ng Qatar at UAE sa mga tuntunin ng kanilang karibal para sa pagiging fashionable opulence iconic bansa sa rehiyon. Ang problema umano sa pagitan nila ay diplomatic sa alegasyon laban sa Qatar na sumusuporta sa *ISIS/Daesh* pero may iba pang anggulo rin. Tulad ng Saudi Arabia na sila mismo ay nasa halo ng mga bagay. Hindi sa banggitin ang mga relasyon sa pagitan ng Israel Iran ay malabo at Jordan, Lebanon ay may kanilang sariling creeping socio ekonomiya problema bukod sa isang mapanganib na kapitbahayan sa kanlurang Asya.

---

[29] (Marwan Bishara, 2020) na access mula sa Aljazeera.com "Mag ingat sa nagbabantang kaguluhan sa Gitnang Silangan"

Pangwakas na Salita

Ang ideya ng Asya na kasangkot sa karamihan ng mga bagong umuusbong na malalaking bloke ng kalakalan tulad ng APEC (Asia Pacific Economic Cooperation) o ang US sponsored Trans Pacific Partnership pati na rin ang China backed RCEP (Regional Comprehensive Economic Program) ay nagpapakita na ang Asya ay nasa sentro ng pandaigdigang kalakalan. Hindi upang kalimutan na sa buong pasipiko mula sa Asya ay namamalagi ang dalawang mahusay na itinatag ekonomiya sa anyo ng Australia at New Zealand. Ang Australia ay isang malaking kontinente bansa at maraming yamang mineral at may mahalagang papel para sa Asian mainland kontinente sa mga tuntunin ng kalakalan. Tulad ng para sa New Zealand ito ay mas maliit ngunit binuo ekonomiya at may isang mahalagang koneksyon sa Asian mainland bansa sa mga tuntunin ng kalakalan. Ang rehiyon ng South China sea ay hindi lamang ang lugar na mayaman sa yamang mineral at isa sa mga pangunahing ruta ng kalakalan ng mundo. Karamihan din sa mga maliliit na isla bansa sa pasipiko ay hindi nagamit at nagbubukas din ng mga bagong ruta ng kalakalan na nakabatay sa dagat para sa Asya Pasipiko. Tungkol naman sa pamumuhunan at ang papel ng Asya sa pandaigdigang kalakalan ang Tsina at India ay dalawa sa pinakamalaking mamumuhunan sa Africa. Gayundin, ang imprint ng China at India sumusunod ay lumalaki upang bumuo ng malayang kalakalan kasunduan hindi lamang sa European pagkatapos Japan at South Korea ay nakamit na ngunit din sa Latin American bansa karagdagang mula sa Asya mismo sa likod ng pa rin mundo pinakamalaking ekonomiya sa pamamagitan ng GDP, USA. Samakatuwid, ang Asya ay naglalaro na sa buong mundo sa pamamagitan ng kalakalan. Post pandemic sana nagbago ang kaayusan ng mundo dahil alam natin ito na nagawa nang malinaw. Ang istraktura ng kapangyarihan, geo pampulitika teatro lahat ay ibabatay sa Asya (Du & Zhang, 2018). Ang pag usbong ng agham, teknolohiya, kapital ng tao lahat ay nakabatay sa kontinente ng Asya pangunahing. Para lang maisulong ang katotohanan na ang Asya ngayon ay nasa sentro ng teknolohiya ay maaari nating tingnan ang dalawang halimbawa. Pre pandemic ang ideya ng kalidad semiconductors at na masyadong sa mga tuntunin ng dami ng lay sa mga bansa sa Asya tulad ng Taiwan, Japan, South Korea at China. Katulad nito, habang ang mundo at ang sibilisasyon ng tao ay lumalapit sa isang bagong watershed sandali sa gitna ng usapan ng laro pagbabago ng teknolohiya 5G ang isa na kung saan ay pioneered sa Tsina [30]. Upang mapagtagumpayan ang banta ng Tsina mga advanced na bansa sa kanluran kabilang ang United Kingdom, France ay naghahanap patungo sa Japan upang kontrahin ang China. Kahit sa aspeto ng depensa, teknolohiya ng sasakyan atbp ang mga bansa sa Asya ay sumusulong pa sa hindi lamang mga bansa tulad ng

---

[30] (Martha Sylvia, 2020) na access mula sa Thediplomat.com "Ang Global digmaan para sa 5G ay umiinit"

Japan, South Korea, China atbp ngunit pinalakas ng mas bagong ranggo sa anyo ng India, Vietnam, Malaysia, Singapore, Philippines, Thailand, UAE atbp. Walang katapusan ang mga posibilidad para sa Asya ang pinakamalaking kontinente na maging pinakadakila at pinakamaganda tulad ng nangyari sa milenyo bago dumating ang mga mangangalakal sa kanluran at ang kanilang imperyalistang tendensya. Tulad ng nabanggit na sa artikulo sa buong na ang Asya ay nakakita ng pagtaas at pagbagsak at muling pagbangon sa kabila ng mga napakalaking hamon na kinakaharap nito ngunit ang mga pundamental nito ay malakas at ang pag aalsa ay hindi maiiwasan (Kersten, 2007).

Ang pulitika ng imigrasyon at hangganan: Kwento ng isang Bansa sa Gitnang Asya Kazakhstan

Ang ideya ay upang magbigay ng para sa pag unawa na kung paano sa modernong panahon ang mga bansa maging ito sa gitnang Asya o Europa ay maaaring matuto mula sa mga ibinahaging karanasan. Mahalaga ito para sa pag unawa na ito na magbibigay daan sa comparative experience at sa mga ibinahaging natutunan mula sa isa't isa. Ito ay kung ano ang papel ay naghahanap upang makamit sa paraan para sa pagsusuri sa mga isyu na may kaugnayan sa imigrasyon. Paano ang ideya ng mga hangganan at ang mga isyu sa imigrasyon ay gumagawa para sa isang mahalagang pananaw para sa mga isyu na may kaugnayan sa migration na pag aaralan sa papel na ito. Ang pag unawa sa Kazakhstan at ang mga patakaran sa hangganan nito upang panatilihin sa bay ang iba pang mga miyembro ng bansa ng Caucasian ay naroon mula noong 1990. Bilang isang comparative halimbawa, Italya ay nabanggit bilang ang focus bansa na may paminsan minsang mga pagkakataon ng Portugal, Espanya upang dalhin sa mas detalyadong ideya sa mga ideya ng imigrasyon at ang pag unawa sa paksa.

Panimula:

Ang mundo ng 21st Century ay marahil ang pinaka fragmented mundo sa kabila ng pagiging konektado sa pamamagitan ng kaharian ng globalisation. Kaya napakahalaga na maunawaan na nabubuhay tayo sa isang mundo na tinukoy ng paniwala ng pagiging bilang isang Oxymoron (Fassin, 2011). Ang mundo ng ngayon kung trace natin mula sa annals ng makasaysayang background ay maaaring tumingin sa mula sa pananaw ng pang ekonomiyang pagsasama vs pagkasira at katulad na ang katulad na konsepto ng coupling decoupling sa kaharian ng pulitika, teknolohiya pati na rin ang panlipunan at kapaligiran kadahilanan. Dito binibigyang kahulugan ang mundo ngayon kung saan may epekto ng coupling decoupling sa pandaigdigang gawain. Mula sa pananaw ng lahat ng mga pangunahing salik na ito na kung saan ay pang ekonomiya, pampulitika pati na rin ang panlipunan at teknolohikal na aspeto ay may tiyak na pagkakahati sa pagitan ng may at ang mga may hindi. Ito ay naroon mula sa pagsisimula ng sibilisasyon ng tao. Sa mga tuntunin ng mga yugto ng ebolusyon ng tao sa mga tuntunin ng ating sosyo ekonomikong pag unlad ang ideya ng lipunan ng tao ay sa mga terminong egalitarian ay palaging tinanggihan. Dito lumilitaw ang hidwaan sa kabila ng mga sistemang nag uugnay. Sa^{ika} 21 siglo sa kabila ng mundo na nagsasama sama pa rin ang pagkakaiba ay makikita (Chacon, 2006). Maging ang pagsisimula ng paglipat ng sibilisasyon ng tao ay nagsimula mula sa ideya mismo ng pagkuha ng access sa mga mapagkukunan na kulang sa lugar kung saan nagsimula ang migrasyon. Ito ay tumutukoy sa pinakamahalagang aspeto ng paglipat at kung saan ang pagbuo ng konsepto ng epekto ng coupling decoupling ay dumating sa paligid.

Ang mga bansang Europeo ay nagkaroon ng malaking hati sa mga tuntunin ng kanilang paraan ng pakikitungo sa mga migrante. Ang mga bansang nasa hangganan tulad ng nabanggit sa itaas ay nakipag ugnayan sa mga problema ng migrasyon sa pinakaunang antas (Anderson et al 2000). Gayunpaman, ang papel ay nais na subaybayan din sa pag unlad ng software pati na rin ang mga protocol ng komunikasyon na kung saan ay binuo sa pamamagitan ng krisis sa imigrasyon na nagbago ng kontinente ng Europa magpakailanman. Ang ideya ng imigrasyon ay hindi bago at ang Europa ay nakaharap sa imigrasyon mula sa isang mahabang panahon. Ngayon ang tanong ay lumilitaw kung paano ang isang bansa na kung saan ay hindi mula sa Europa ay maaaring matuto mula sa mga pananaw na ito. Dito maaaring pumasok ang kabuuang ideya ng comparative study ng European scenario na may bansang tulad ng Kazakhstan. Makakatulong ito upang mabuo ang mga ideya para sa pamamahala ng patakaran batay sa pag aaral mula sa sistema ng Europa. Ito rin ay makakatulong sa paraan sa paglikha ng eksaktong mga paraan kung saan ang isang bansa tulad ng Kazakhstan ay maaaring pamahalaan upang kontrolin ang imigrasyon at ang mga hangganan para s bansa na kung saan ay napapalibutan ng isang pulutong ng mga poorer bansa. Gayundin, ang lokasyon at ang heograpikal na matigas na mga hangganan upang masusing suriin nang manu mano ay nagdidikta upang matuto mula sa sistema ng Europa ng pagbuo ng mas malapit na koordinasyon sa mga kalapit na bansa. Joint patrols at ang paraan ng pamamahala ng database na maaaring ma access at pinamamahalaan ng mga bansa na kung saan Kazakhstan ay maaaring dumating up sa ay lumikha ng paraan pasulong para sa bansa. Makakatulong ito sa pamamahala ng sistema na magbibigay daan sa mahusay na proseso ng trabaho na may kaugnayan sa screening, pagsubaybay at tamang dokumentasyon ng mga migrante. Ang lahat ng tatlong prosesong ito na magkakaugnay ay makakatulong din upang maitali ang proseso ng iligal na imigrasyon sa malaking lawak kung hindi man ganap.

Ngayon kung titingnan natin ang paghahambing ng migration mula sa isang comparative na pananaw ng mga bansa sa frontline tulad ng Italya at Kazakhstan ang isa ay maaaring makahanap ng isang bagong pananaw ng pag unawa sa mga pagkakatulad at pagkakaiba. Ang mga hamon para sa parehong mga bansang ito ay makabuluhan bilang pareho sa kanila ay mga frontline na bansa na may mga hangganan na ibinahagi sa buong isang malaking bilang ng mga bansa o pagkakaroon ng butas na butas na pagbubukas. Italya sa mahabang panahon at lalo na dahil ang krisis sa migration ay nakaharap sa isang brunt ng migration. Ang ruta ng dagat ay naging posible para sa migration na mangyari sa isang bansa tulad ng Italya na kung saan ay walang uliran. Mula noong 2015, ang Italya bukod sa Greece pati na rin ang Portugal at Espanya ay nahaharap sa problema ng krisis sa migration. Sa katulad na paraan Kazakhstan na kung saan ay nilikha sa labas ng paghihiwalay ng United Sosyalista Sobiyet Republika ay napapalibutan ng mga bansa na kung saan ay may malaking populasyon pati na rin ang bentahe ng iligal na pagiging smuggled. Kabilang dito ang mga bansang tulad ng Uzbekistan, Turkmenistan, Tajikistan, Kyrgyzstan atbp kung saan marami sa mga bansa ang may malaking hamon sa ekonomiya. Samakatuwid, ang mga hangganan pati na rin ang mga patakaran sa paglipat ng isang bansa tulad ng Kazakhstan ay kailangang umangkop sa mga hamon. Ang bansa ay nasa ilalim ng pamamahala ng isang rehimen na kung saan ay matatag na may premier Nursultan sa singil para sa isang mahabang panahon. Gayunpaman, ang mga hamon ng migrasyon ay isa ring mahalagang pagsasaalang alang para sa bansa na dapat isaalang alang. Samakatuwid, ang isang bansa tulad ng Kazakhstan ay maaaring matuto mula sa mga hamon at mga solusyon para sa isang perpektong balanse sa paglipat at ang mga isyu ng paglipat. Dito kailangang makita ang proseso ng imigrasyon at ang pagpasok ng mga imigrante na pumapasok mula sa iba't ibang bahagi ng Gitnang Asya. Ito ay kung paano magagamit ang mga natutunan mula sa mga karanasan ng mga Europeo ng mga bansa tulad ng Italya para sa mga bansang tulad ng Kazakhstan. Samakatuwid, ito ang maaaring gamitin para sa karanasan sa pag aaral. Kabilang iyan sa border patrol, dokumentasyon pati na rin ang mga patakaran sa pagsubaybay para sa kontrol ng mga migrante at ang paraan kung paano sila maaaring pamahalaan nang naaangkop.

Pag unawa sa konteksto ng migrasyon

Ang pagsasalita ng proseso ng naglalaman ng paglipat ang mahalagang hakbang ay ang dokumentasyon pati na rin ang proseso ng digitalisation ng mga talaan (Crepaz, 2008). Iyon ay nagsimula sa Europa sa pamamagitan ng Dublin kasunduan na kung saan locates ang mga iligal na imigrante at bakas sa kanila mula sa kanilang unang bansa ng pagdating. Ito ay tiyak na napakahalaga para sa pangkalahatang proseso ng paglipat at upang itala ang paggalaw nito. Sa Europa ang pangkalahatang proseso ng pagpapanatili ng mga digital na talaan ay tiyak na nakatulong upang masubaybayan at subaybayan ang paggalaw. Ang pamamahala ng mga migrante ay nagdadala rin ng isang napakahalagang sosyo ekonomikong pananaw bilang onus ng pamamahala ng mga migrante ay nagsasangkot ng isang malaking halaga ng panlipunang gastos (Flores, 2003). Napakahalaga ng impormasyon at teknolohiya para sa pamamahala ng mamamayan upang harapin ang krisis. Isang krisis na kung saan ay nangangailangan ng tamang pagpaplano batay sa pamamahala ng mga mapagkukunan at ang paglalaan nito patungo sa mga migrante. Kabilang dito ang pangkalahatang proseso ng pamamahala na pamamahalaan (Wicox, 2009). Na nangangailangan ng teknolohiya ng impormasyon at komunikasyon upang magamit at mapanatili. Sa mga bansa tulad ng Alemanya, Pransya pati na rin ang iba pang mga bansang Scandinavian ang proseso ng paglipat ay isang bagay ng maraming pag aalala sa patakaran. Ang European Union ay bumuo ng isang software ng kanilang sariling na kung saan ay higit pa sa isang database. Ang pamamahala ng database ay napakahalaga para sa proseso ng pamamahala ng paglipat at ang paraan ng mga bansa ay upang subaybayan at mapanatili ang mga migrante sa kanilang orihinal na lugar ng pagdating. Ang orihinal na lugar na iyon ng pagdating ay ang mga bansang nasa hangganan na nagtataglay ng malupit.

Ang mga bansa sa hangganan sa rehiyon ng Mediterranean na kinabibilangan ng Italya, Espanya, Greece atbp lalo na kailangan upang dalhin ang ideya ng digital na patakaran sa isang iba't ibang antas. Isla ng Lesbos sa Greece na kung saan ay overrun sa mga imigrante ay nakaharap sa napakalaking hamon dahil sa kakulangan ng proseso ng digitalisation at pati na rin ang paggamit ng teknolohiya ng impormasyon. Ang kakulangan ng mga impormasyon at komunikasyon teknolohiya ay hindi ganoon kadali. Ito ay nangangailangan ng tamang pagsasama ng database management ng mga talaan na maaaring maging isang mahalagang hakbang sa paraan na ang buong krisis sa migration ay maaaring hawakan. Ito ay nagdadala sa unahan ng mahalagang konteksto kung paano ang paglipat sa kontinente ng Europa ay nahubog. Hindi dahil tipping point lang ang nangyaring paglipat ng 2015 crisis. Maaari itong sabihin na ang taon na kung saan talagang yumanig ang paraan European Union bilang isang entity ay dealt sa krisis. Ang isang ideya ng mundo na kabilang sa mga halaga ng karapatang pantao at mga halaga ng tao ay dumating sa pag crash. Ito ay tiyak na nagtataas ng mga katanungan bilang ang pamamahala ng database ng mga migrante ay isang mahalagang hakbang. Ang teknolohiya ng impormasyon at komunikasyon ay dahan dahan na nagsimulang iakma ng mga bansa sa buong European Union. Ang krisis sa paglipat ng 2015 ay nagpakita ng kalaliman kung paano maaaring mangyari ang migrasyon sa iba't ibang mga format. Kabilang iyan sa pagpasok sa pamamagitan ng mga lalagyan, trak at siyempre ang mga refugee boat pati na rin ang pagtawid sa lupa at ilang iba pang mga nobelang paraan pati na rin (Peters, 2015).

Konklusyon sa mga layuning batay sa patakaran at ang mga direksyon sa hinaharap

"Paano matututo ang isang bansang tulad ng Kazakhstan mula sa karanasan ng mga Europeo sa imigrasyon " Ito ang pinakamahalagang aspeto kaya naman ang proseso ng pagpapalista sa mga imigrante ay may lubos na halaga. Ang mga dibisyon sa proseso at ang transparency ng pamamahala na naghahati sa pagitan ng Eastern, Northern, Western, Southern at Central Europe ay nagtataas ng mga mahahalagang katanungan tungkol sa digital divide sa gitna ng mga rehiyon (Hayter, 2000). Katulad nito, ang rehiyon sa Gitnang Asya na kung saan ay may mga bansa tulad ng Uzbekistan, Kazakhstan, Turkmenistan at Tajikistan ay kailangang magkaroon ng isang coordinated patakaran ng imigrasyon at mga patakaran sa kontrol ng hangganan.

Ang ideya ng imigrasyon at ang dibisyon sa kung paano nahawakan ang imigrasyon ay maaaring dealt sa isang malaking lawak sa pamamagitan ng pamamahala ng database. Kailangang maunawaan na ang pasanin ng pakikitungo sa imigrasyon ay naayos at naipamahagi nang higit pa sa mga terminong egalitarian. Gayunpaman, ang kontrol ng imigrasyon at ang mga patakaran ng hangganan neds upang maging doon para sa mga bansa tulad ng Kazakhstan na nagbabahagi ng hangganan sa isang mahalagang ruta ng gitnang Asya sa Europa na kung saan ay isang bahagi ng mahalagang ruta ng imigrasyon. Upang makontrol ang iligal na imigrasyon at magkaroon ng tamang kontrol sa mga patakaran sa hangganan ang isang bansa tulad ng Kazakhstan ay kailangang magkaroon ng tamang pamamahala ng data ng imigrasyon. Ito ang dahilan kung bakit ang paghahambing ng mga patakaran ng Europa ay dinala sa talakayan. Ang pamamahala ng database na pinag uusapan nang mas maaga ay dumating sa Europa ngunit ang buong ideya ng pagsasama ng data at ang pagiging tunay ng pamamahala ng data ay kung ano ang nagpapahirap sa buong ideya ng migration at pamamahala nito. Ang hindi kapani paniwala aspeto ng mga migrante at ang kanilang pamamahala ay mayroon ding isang bahagi na kung saan ay gumagalaw ang layo mula lamang sa pamamahala ng database. Hindi lamang ito tungkol sa pagpapanatili ng listahan ng mga migrante na walang kinakailangang dokumentasyon (Flores, 2003). Gayunpaman, ang susi sa paglutas ng krisis sa imigrasyon ay namamalagi sa pagsubaybay sa mga ruta ng mga migrante at higit sa lahat ang pinagmulan ng trafficking. Ang ideya ay magiging upang kontrolin ang paraan para sa imigrasyon at tamang kontrol ng hangganan upang makontrol ang human trafficking.

Ang migrasyon samakatuwid ay isang napakahalagang proseso para maunawaan ng mundo. Ito ang dahilan kung bakit ang talata sa itaas ay nagsisikap na dalhin ang ideya para sa pag unawa na ang mundo ng pagkakaiba ngayon ay maaaring tila lumalaki sa laki ngunit nagkaroon ng pagkakaiba mula sa mga panahon ng kasaysayan. Ang ideya ng mundo ngayon ay tinukoy mula sa apat na dakilang pangyayari bago ang ika 21 Siglo na kung saan ay **World War 1, World War 2, Proseso ng Decolonisation at sa wakas Cold War kasama ang dulo nito pati na rin ang kanyang aftermath**. Dito na dumating ang mundo ngayon ngayon. Ang proseso ng paglipat sa huling siglo pati na rin sa siglo na ito ay maaaring ipagpalagay na naka link sa alinman sa apat na pangunahing paglipat na ito sa kasaysayan ng tao. Kasama na ang iba pang mga parameter ng pang ekonomiya, panlipunan pati na rin ang iba pang mga kadahilanan ay maaaring idagdag. Ang distribusyon ng populasyon at ang pattern ng paglipat pati na rin ang mga ruta mabigat ay binubuo ng mga salik na ito. Bagaman habang tayo ay lumipat sa ika $21^{\text{siglo ang}}$ ikalimang aspeto ng paglipat ng tao ay dumating. Iyan ay mula sa rehiyon ng kanlurang Asya kung saan ang kawalan ng katatagan at ang mga diktador na rehimen kasama ang rehiyon ng Hilagang Aprika na may katulad na kultura at pampulitikang setup ay nagambala ng **Arab Spring**. Ang ideya ng Arab Spring na lumitaw mula sa Tunisia una at kumalat sa buong West Asia at

Northern African rehiyon ay disrupted sa pamamagitan ng pakiusap ng mga mamamayan doon clamouring para sa demokratikong alon upang walisin sa mga pagbabago (Wicox, 2009). Ang mga ganitong uri ng mga aktibidad sa pulitika ay dapat ding tandaan habang ang mundo ay lumipat sa isang bagong pattern ng pag iisip ng pag unawa sa imigrasyon. Tulad ng pag unawa sa mga karanasan sa imigrasyon mula sa iba pang mga bahagi ng mundo ay maaaring magturo kung paano ipatupad ang pinakamahusay na mga patakaran sa harap.

Yunit 3: Ang Dinamika ng Mundo ng Ika 21 Siglo

Bakit at paano nabigo ang USA?

Ang administrasyon ng USA mula pa noong panahon ng post World War 2 ay nasa timon ng isang pandaigdigang kaayusan na pinangungunahan ng mga patakaran nito (Logan). Kahit na para sa isang tiyak na tagal ng panahon nagkaroon ng isang matinding karibal sa pagitan ng USA at USSR. Ang mundo na kung saan ay dominado sa pamamagitan ng dalawang kapangyarihang ito at ang kanilang patuloy na interbensyon sa buong mundo ay hugis ng mundo hanggang 1990's bago ang pagbagsak ng USSR. Post na dumating ang isa pang phase ng mundo pulitika at paghubog ng mga patakaran ngunit lamang sa pamamagitan ng USA, karamihan ng mga beses.

Ang ideya ng pandaigdigang pulitika na hinihimok ng mga teorya ng realismo, neo realismo o ang liberal na paaralan ng mga kaisipan sa huli ay may pragmatismo na nagtutulak ng mga patakaran. Ang geo pulitika ay may isang malakas na relasyon sa lipunan at ang mga pangangailangan tulad ng maaaring sumasalamin sa pamamagitan ng administrative unit (Hampton). Dahil ang pagtatapos ng malamig na digmaan, USA got kasangkot sa buong mundo sa higit sa isang labanan. Kung ang USA ay assertive sa panahon ng post world war phase ang interbensyon ng USA nadagdagan post cold war phase din. Sa hindi tiyak na mga oras ng maginoo na panahon na kung saan ay kilala ngayon bilang Volatile, Uncertain, Complicated, Ambiguous mundo ang dynamics ng paggawa ng patakaran sa USA ay maaaring naging mabagal upang umangkop. Ang globalisation ay dumating sa paligid upang maimpluwensyahan ang pulitika sa mundo sa eksaktong parehong paraan na sinimulan nito.

Ganyan ang mga merkantilista sa kanlurang mundo na naglayag para sa iba pang bahagi ng mundo. Sa paraan kung paano sa pamamagitan ng kasalukuyang beses ang trend ay reversing mula noong katapusan ng malamig na digmaan sa kapangyarihan at pera paglipat sa labas ng kanlurang mundo. Mahalagang isaalang alang ito bilang mga patakaran ng sibilyan, interbensyon ng patakarang panlabas gayundin ang hegemonic tendencies ng mga kanluraning kapangyarihan. Dapat tandaan na ang daan para sa dominasyon ng US ay batay sa interpretasyon ng mundo (Morris). Ito ay magdadala sa amin sa tanong ng etika. Isang tanong tungkol sa pag unawa sa mundo na kung saan ay maaaring hindi nauugnay sa USA sa anumang paraan sa mga tuntunin ng kultura at siyempre heograpikal na kalapitan. Hindi pa rin maaaring ipagsawalang bahala ang epekto ng patakarang panlabas ng US. Ito ay naroon mula noong nakaraang siglo at dahil ang buong mundo ay nakasakay na sa alon ng Globalisation ang tanong ay nananatili na maaaring balansehin. Ang usapin ng etika kung saan ang mga makapangyarihan ay nananakit pa rin sa mga walang kapangyarihan sa larangan ng pandaigdigang pulitika. Gayundin, may malaking tanong na natitira dahil sa globalisation na humuhubog sa huling dalawang dekada. Samakatuwid, kung paano ang tanong ng etikalidad sa kung anong uri ng epekto ang isang pagkilos ay maaaring magkaroon ay medyo madalas na overstepped o sadyang nakalimutan. Ang kalamidad na kung saan ay nakatakda sa paggalaw sa panahon ng Iraq War sa 2003 ay isa sa mga panahon sa kasaysayan ng oras na kung saan ay hindi maaaring overlooked bilang isa tulad ng desisyon (Ryan). Ang desisyon na kung saan ay nakakaapekto sa modernong araw na geo pulitika kahit na ngayon. Gayunpaman, kung ito ay dumating sa pagtingin sa mga taong kasangkot ay magkakaroon ng mga katanungan.

Ang mga tanong na magpapasiya na kung ang mga tao ng kapangyarihan ilagay up sa gawain ay maaaring sagutin para sa kanilang mga aksyon na kinuha. Sa mga tuntunin ng responsibilidad ang ideya ay upang maunawaan na ang isang tao tulad ng Donald Rumsfeld na namamahala bilang isang Défense Secretary bilang isa sa mga bunso at ang pinakamatanda sa ilalim ng dalawang magkaibang mga pangulo ng US ay nakakita ng isang mahusay na maraming mga pagbabago sa kanyang dalawang panunungkulan (Rumsfeld). Ang isa na kung saan ay sa ilalim ng scanner ay batay sa kanyang papel bilang Défense Secretary sa ilalim ng George W. Bush Jr. ay ang punto ng pagtatalo at din sakop sa dokumentaryo Ang hindi kilalang kilala batay sa isa sa kanyang mga hindi magandang pahayag na ginawa sa reaksyon sa Iraq War. Ang ideya ng interbensyon ng US sa Iraq ay pinagtatalunan na bilang US sa pamamagitan ng oras na iyon ay kasangkot sa Afghanistan. Sa likod nito ay dumating ang tanong na sangkot ang US sa digmaan sa ibang bansa. Ang mga sundalo na ipinadala sa aktibong labanan na may layunin na hindi malinaw na tinukoy o nauunawaan. Narito ang sanaysay ay naglalayong maunawaan ang tanong ng kanyang paggawa ng desisyon bilang isa sa mga pangunahing tagapayo sa Bush Presidency (Rumsfeld). Ang payo batay sa kanyang mga pananaw na maaaring sabihin na conjured upang makakuha ng sa imagined kaaway ay Iraqi rehimen at ang kanilang incumbent diktador pangulo pagkatapos ay Saddam Hussain. Gayunpaman, ang pag iingat at ang tanong ng etika batay sa tanong ng interbensyon ay hindi kailanman sinunod. Si Saddam Hussain din ang dapat sisihin. Hindi siya nakipagtulungan na kung saan ay ginawa ang kanluraning komunikasyon batay sa kanyang non cooperative attitude na gagamitin para sa katwiran ng interbensyon ng mga pwersang US. Ang pagbagsak ng rehimeng Iraqi na dumating nang mas mamaya ay hindi maaaring ibasura dahil sa dami ng mga kakila-kilabot na inilabas noong panahon ng pananakop ng mga pwersa ng US sa Iraq. Gayundin, ang pagpapahirap sa mga bilanggo ng digmaan sa Guantanamo bay ay nagulat sa mundo. Ngayon bilang sa lahat ng mga puntong ito na nabanggit ang tanong ng etika kahit na stepped aside para sa isang sandali ang isa ay kailangang hindi bababa sa huminging ng katwiran. Isang kalihim ng pagtatanggol na hindi nag isip ng mga repercussions batay sa interbensyon sa Iraq at ibagsak ang isang rehimen na walang alinlangang diktador ngunit kahit papaano ay may hawak na isang malutong na bansa estado. Ang pagbagsak ng Rehimeng Saddam batay sa hindi mapagpasyang katibayan ng paggawa ng kanyang rehimen ng mga sandata ng mass destruction ay naglagay sa bansa, rehiyon at mundo sa panganib. Ang pag usbong ng mga banta pagkatapos ng pagbagsak ng Rehimeng Saddam ay para makita ng buong mundo ngayon. Lumitaw ang mga mapanganib at mas ekstremistang teroristang grupo kaysa sa Al Qaeda sa anyo ng ISIS. Kaya malinaw na ang tanong arises na kung anong uri ng etikal na posisyon ay nai direct sa pamamagitan ng isang tao tulad ng Donald Rumsfeld. Samakatuwid, ang pangkalahatang pagbabawas ng responsibilidad ng mas malalaking kapangyarihan at ng mga taong nagtutulak sa kanila ay kailangang isaalang alang. Ito ang mga tanong na nabanggit sa dokumentaryo.

Habang pinapanatili ang focus sa Donald Rumsfeld isa ay hindi dapat kalimutan ang pampulitikang senaryo sa USA pabalik pagkatapos. Ang pagbagsak ng twin towers ay simbolikong pagbagsak ng pagmamataas ng USA na itinuturing na pinakamalaking bansa sa mundo ng media at ng mga taong kabilang doon (Rumsfeld). Isang dayuhan puwersa beckoning ang relihiyon dogmatismo na kung saan ay nasugatan USA tiyak na lumikha ng isang pampulitikang senaryo na kung saan ang isa ay hindi maaaring isipin sa kanilang pinakamalayo visions. Ang presyon ay napakalaki sa George Bush Jr. na kinuha sa kanyang unang presidential panunungkulan at ang pulitika ng US ay nagbigay ng sagot. Mula sa bulwagan ng kongreso ng US senado hanggang sa kahit na ang mga debate sa media at maaaring isa kahit na isaalang

alang ang mga presidential chambers na ang clamour para sa digmaan sa Arab mundo ay makabuluhan. Si Saddam Hussain ay dating target sa digmaan sa gulf war ng 1990 at humina lamang tungkol sa sapat na upang siya ay makapag latch sa kanyang kapangyarihan gayunpaman tama at angkop na pasaway sa kanyang walang kapararakan na pag atake sa Kuwait. Hindi pinabayaan ng USA ang pagkakataong iyon para ipaalala na hindi bibitawan ang mga kaalyado nito kung bantaan. Nagkaroon ng balanse sa diskarte at sinunod ang tema ng sanaysay ng pagsasaalang alang ng etika habang pinapanatili ang pragmatismo sa panahon ng globalisasyon (Panagopoulos). Gayunpaman, sa ilalim ng Donald Rumsfeld bagaman maaaring ito ay isang bit malupit at ang tono ng oras na iyon ay maaaring maging tulad nito, hindi siya nagbayad ng sapat na pansin para sa pagsasaalang alang na inilatag para sa mahusay na kapangyarihan na hawak ng USA. Ang epekto ng bullying power ng USA ay hindi isinasaalang alang na kung paano ito ay lumikha ng kawalan ng katatagan at ang pagkawala ng buhay. Pinakamahalaga kung ano ang pangmatagalang kakila kilabot na mga senaryo ay ilalabas sa sandaling ang USA ay makakakuha ng mapupuksa ang Saddam Hussain. Ang konserbatibo at ang mga pananaw na may pagkamakasarili na kung saan ay masqueraded bilang isang bagay ng pambansang pagmamalaki at ang seguridad ng mga tao pabalik sa bahay ay naging sanhi ng masyadong maraming buhay ng US pati na rin. Kaugnay ng kontekstong ito USA bago pa man masangkot sa digmaan sa Iraq ng 2003 ay ginawa na rin ito sa digmaan sa Vietnam pati na rin ang krisis sa Libya sa simula ng huling dekada. Samakatuwid, ang sisihin na ilagay sa pagkapangulo ni Bush at ang kanyang pangunahing tagapayo na may kaugnayan sa mga bagay ng interbensyon sa Iraq at kung paano hinawakan ang sitwasyon ay tiyak na maaaring ituro kay Rumsfeld. Gayunpaman, hindi iyon magbabago sa katotohanan na ang isang taong tulad niya na may karanasan sa paghawak ng naturang pangunahing posisyon ay kailangang maging mas makatuwiran at ilagay ito sa mas mahusay na paraan diplomatiko. Ang kakulangan ng taktika at ang paraan ng paghawak ng mga bagay bagay na hindi nakakalimutan ang mga brash statement na ginawa sa pampublikong forum ay ginawa siya ng isang mapaghihiwalay na figure. Ang paggawa ng patakaran at ang antas ng ulo na diskarte na kinakailangan upang gumawa ng mga desisyon na makakaapekto sa mundo para sa mga taon na darating ay tiyak na hindi nakuha. Ang gastos ng ganitong uri ng fallacy sa ilalim ng Rumsfeld ay may epekto kahit na ang USA ng maraming.

Sa dokumentaryo ang pokus ay sa pag unawa Donald Rumsfeld bilang isang character at kung paano kumilos ang tao. Kahit na tuwing ang tanong ay dumating sa pag unawa ng pagkatao ni Donald Rumsfeld tulad ng nabanggit mas maaga ang pampulitikang sitwasyon ng mga oras na iyon muli ay kailangang isipin. Ang ideya ng tao at kung ano ang nagtutulak sa kanyang mga ideya pati na rin ang proseso ng pag iisip ay kailangang maunawaan para sa sanaysay. Ito ang magpapadali sa pag unawa sa mga patakaran na kanyang ginawa. Samakatuwid, ang proseso ng pag unawa sa mga patakaran sa paligid ng oras ng 2003 Iraq War ay ang oras kung kailan ang kanluran ay abala sa pag project ng isang imahe. Ang imahe ng mga liberators mula sa rehimen ng kahila hilakbot na rehimen. Ito ang naging driving point para sa policy making ni Donald Rumsfeld at masasabi rin na ito ang driving point sa lahat ng mga ginawa niya. Samakatuwid, ang tanong ng mga direktiba ng patakaran ni Donald Rumsfeld at ang tanong ng etikalidad ay hindi lamang ang pag aalala. Upang maunawaan ng tao ang proseso ng pagsisiyasat na may kaugnayan sa bahagi ng etika at ang tanong ng kanyang mga patakaran na nagkaroon ng maraming pagpunta sa likod ng mga eksena. USA sa mga panahon ng 2003 ay na rin sa loob ng dalawang taon ng labanan laban sa terorismo. Gayunpaman, ang mga tanong ay nanatili na kung gaano kaepektibo ang labanan na iyon ay nangyayari (Ryan). Ang pera ng nagbabayad ng buwis at lahat ng mga mapagkukunan na inilalagay sa mga pagsisikap sa digmaan sa Afghanistan ay hindi nagpapakita ng masyadong maraming mga resulta. Ang mga estratehikong plano ng mekanismo ng pagtatanggol ng US ay tila hindi gumana nang maayos lalo na ang pangunahing target ay si Osama Bin Laden. Ngayon sa gitna ng lahat ng ito, USA alam na Saddam Hussain na walang kinalaman sa Taliban at sa katunayan ay lubos na sumasalungat sa kanila ay maaaring magbigay upang maging ang perpektong pagkagambala. Ang pagkagambala para sa pamahalaan ng US upang makahanap ng isang bagong avenue para sa opinyon ng publiko na muling maisip at hugis. Ganyan ang buong ideya ng tanong ng etika sa pinakaunang pagkakataon. Ang pagsisimula para sa patakaran ng mga tropang Amerikano na papasok sa bansang Iraq ay isang kadahilanan na kailangang isaalang alang mula sa anggulo ng Afghanistan. Ang pag iipon ng lahat ng proseso na matagal nang nangyayari ay nagresulta sa mga lupon ng patakaran ng administrasyon ng USA. Ito ay kung saan Donald Rumsfeld at ang kanyang patakaran kaugnay na personalidad ay maaaring tumingin sa. Ang incumbent US president pagkatapos George Bush Jr. at kung anong uri ng pagkiling ng isip siya ay sa pagsunod sa wake ng bagong digmaan. Samakatuwid ang ideya ng deciphering ng tao na ay infamously pinangalanan "Ang Kilalang Hindi Kilala" ay kailangang talakayin. Ang senaryo bago ang timeline ng kanyang ikalawang panunungkulan at ang angst pati na rin ang pagkabigo na nabuo sa kanya ay tumutulong sa pagbibigay liwanag sa kanyang patakaran.

Ito ang pinagtutuunan ng pansin ng dokumentaryo ngunit ang detalyadong pag unawa ay kailangang magmula sa lugar ng panahon na siya ay mula sa. Nagawa na iyan. Ngayon kung aling rehimen ang kinakatawan niya. Oo, ito ay ang konserbatibong Republikano. Ang pagmamataas na dala nila sa kumakatawan sa kapangyarihan ng USA, kapag ang equation ng kapangyarihan na ito ay mismong pinag uusapan mula sa isang mahabang panahon kapwa sa lupa ng bahay pati na rin sa ibang bansa na kung saan ang proseso ng pag iisip at ang pagmamataas sa sarili ay pumapasok. Hindi maaaring balewalain ang pagtuon sa kanyang tungkulin, posisyon at responsibilidad na kailangan niyang gawin. Samakatuwid ito ay ang pagtuon sa mga bagay na ito na gumagawa ng pagtingin sa Rumsfeld sa isang mas kanais nais na posisyon kaysa sa kung ano ang maaaring iminungkahi ng nakaraang bahagi ng aking sanaysay. Ito ay higit pa tungkol sa holistic na pag unawa ng lalaki. Anong klaseng proseso ang kinasangkutan niya sa personal na antas at sa hierarchy ng gobyerno Ang sagot sa mga tanong na ito ay maglalagay sa kanya sa mas magandang liwanag lalo na't ang sanaysay ay tungkol sa pagsagot sa tanong na may kaugnayan sa balanse. Ang diskarte upang mapanatili ang balanse na iyon sa pagitan ng mga direktiba na maaaring makakuha ng USA sa labas ng krisis sa pagkakakilanlan ng kuryente habang nagbibigay din ng outlet. Ito ang naulit sa pamamagitan ng sanaysay at nabanggit. Ito ang nagtutulak sa sanaysay at upang masagot din ang mga tanong na may kaugnayan sa tao. Ano ang nagtulak sa tao na sumulong sa pag iisip para sa mga patakaran na maaaring ituring na brash. Gayundin, ang personalidad na dinala niya na mas assertive at nais na tatak ang awtoridad sa pamamagitan ng pagpuksa sa "Ang Iba" ay tiyak na nagtataas ng tanong ng etika. Gayunpaman, ang kabalintunaan ay namamalagi sa pag unawa na ang isang marahas na insidente ay nagsimula sa proseso ng domino effect sa lahat ng marahas na rehimen na iyon. Ngayon kahit 10 taon na ang nakalipas nang nakadestino pa rin ang tropa ng US sa Afghanistan at pati na rin sa Iraq na kung alam ba ng lalaki kung ano ang kanyang pag sign up. Ang mga kanluraning kapangyarihan na pinamumunuan ng USA at North Atlantic Organization Treaty Organization ay nagtulak sa mundo sa oras na iyon I ang direksyon na kung saan ang mga tao tulad ni Rumsfeld ay nangangasiwa. Tulad ng nabanggit nang mas maaga pati na rin ang mga repercussions ay hindi ang pangunahing pag aalala bilang ang ideya ay upang ibalik ang balanse sa American pride. Samakatuwid, ang mga pahayag na ginawa niya o ang paggawa ng patakaran na siya ay isang bahagi nito ay hindi maaaring maiugnay lamang sa kanya. Kailangan lamang itong tingnan mula sa isang obhetibong anggulo kung saan ang sagot ay maaaring namamalagi sa insidente ng panimulang punto. Iyon ang punto kung saan ang digmaan sa terorismo ay ang payong na sagot para sa USA upang labanan. Ang laban para sa kapalaluan at karangalan ay kanyang isinagawa at sa populistang sentimyento ay totoong nawala sa kanyang paningin ang taktika at diplomasyang kailangan. Ang ideya ay maaaring humiram mula sa landas ni Henry Kissinger mula sa nakaraan.

Ang dokumentaryo sa pagtatapos ay hindi gumagawa ng anumang exaggerated claim o nagdadala sa sarili nitong sensationalist views. Dumidikit ito sa paraan ng paggawa ng dokumentaryo ayon sa pagkakaintindi. Iyon ay, ito ay linear at nagdadala sa pagsunod sa hanay ng mga kaganapan na kung saan ay nakatakda sa paggalaw. Ang mga impormasyong iyon ay ginamit at pinalawak sa sanaysay na ito upang makarating sa mga puntong maituturing na mahalagang mga punto ng pagkonekta ngunit maaaring hindi nakuha. Kaya naman ang pagbibigay diin sa kolektibong pag unawa sa pagitan ng mga salik na nauna sa kanyang paglipat at ang mga sitwasyong humantong sa mga senaryo ay naging pokus. Dito sinusubukan ng sanaysay na tulayin ang agwat sa pagitan ng paggawa ng patakaran, mga pangangailangan ng panahon at kung ano ang hinihingi ng sitwasyon. May mga salik na kailangang maunawaan, i contextualize at i dissect lalo na't iniharap ang usapin ng etika at moralidad. Ganyan dapat isaalang alang ang mundo ng mga panahong iyon. Ang pagsasaalang alang sa saloobin at paglipat sa assertive policy ay dinala sa sanaysay. Ginagawa ito upang magdala ng katwiran at magbigay ng kahulugan para sa talakayan sa usapin ng etika at pangangailangan ng oras.

Pagsusuri sa komunikasyong pampulitika at ang midyum nito sa pagtanggap ng nasyonalismo sa masa

Ang papel ay isang pagtatangka upang maunawaan ang ebolusyon ng paggamit ng nasyonalismo at kung paano natanggap ng mga tagapakinig ang ideya nito sa loob ng ilang panahon. Ang pagtingin sa mga daluyan ng komunikasyon para sa pagpapalaganap ng ideya ng nasyonalismo sa mga paraan ng demokrasya at paglaban dito ay bumubuo ng focal point ng papel. Ang mga pattern ng komunikasyon at ang paggamit nito ay tiyak na isang mahalagang sangkap ng nasyonalismo sa loob ng panahon. Dito sinusubukan ng papel na i collate ang impormasyon mula sa iba't ibang anggulo upang mahanap ang paraan na kung paano ang ideya na ito ay sinubukang ma seeded sa masa sa gitna ng mga hadlang ng pagtanggap. Ang nasyonalismo ay isang napakapopular na diyalogo para sa mga layuning pampulitika mula sa mga naunang panahon. Tumaas ang epekto ng nasyonalismo sa ilang panahon tulad ng World War 2. Ang retorika ng nasyonalismong pampulitika ay nagbabago sa paglipas ng panahon. Sa katunayan, sa makabagong panahon at pagbabago ng media ay nagsimula na ring magbago ang panlasa ng mga manonood. Ang mga ideya para sa media at paggamit nito ay nagbago rin ng paglikha ng pagkagambala sa maginoo na anyo ng komunikasyon na may kaugnayan sa nasyonalismo na tinanggap ng mga tagapakinig sa loob ng mahabang panahon.

Samakatuwid, ito ang sinusubukang suriin ng papel dito

Mga keyword: *Nasyonalismo, Komunikasyong pampulitika, Mambabasa, Propaganda, Retorika, Media, Pamahalaan*

Panimula sa konsepto: Ang Komunikasyong Pampulitika na may kaugnayan sa Nasyonalismo ay isang mahalagang punto na dapat isaalang alang sa mahabang panahon. Ang buong ideya ng ideolohiyang pampulitika at ang pagtanggap nito ng mga tagapakinig sa kalikasan ng mga ideya ng nasyonalismo ay matagal nang naroon. Mula nang dumating ang pasistang estado ang pagtanggap ng mga ideya sa mga manonood ay mahirap sukatin. Ang mga ideya ay ipinataw o maaaring i superimposed sa mas malaking madla na may isang dakot ng mga tagasunod bilang batayan ng propaganda. Ang buong ideya ng Nasyonalismo ay napulot sa Europa at naapektuhan ang mga tao mula noong huling bahagi ng ika 19na siglo. Mula pa noong panahon na uso ang sistema ng nation state, naroon na ang ideya ng komunikasyong pampulitika na umiikot sa nasyonalismo. Ang ideya ng bansa, ang pambansang pagkakakilanlan nito at ang paggamit ng retorika upang maimpluwensyahan ang mga tagapakinig ang pangunahing pokus ng papel. Sa panahon ng rehimen ng Nazi Germany, Pasistang Italya ang ideya ng bansa estado at ang kanyang rejuvenated ideya ay naging isang napakahalagang bahagi ng relasyon sa pagitan ng estado at madla. Ang buong ideya ng koneksyon sa pagitan ng madla at estado ay mas isang dimensional bilang bawat daloy ng impormasyon. Tulad ng isinulat ni **Aryeh L. Unger** sa aklat na "*Propaganda and Welfare in Nazi Germany*" na ang buong pagpapakilos ng masa sa ilalim ng **"Menschenfuehrung" (Pagpapakilos ng masa) ang susi sa modelo ng propaganda.** Ito ay isang napakahalagang bahagi para sa papel tulad ng dito ang buong ideya ng madla na target sa masa ay naka highlight. Katulad nito sa parehong panahon ang ideya ng counter propaganda laban sa mga pasistang estado ay maaari ring matagpuan. Lalo na ang USA at iba pang mga kaalyadong estado na kumontra sa parehong na nabanggit sa aklat na *The Propaganda Warriors: America's Crusade against Nazi Germany* ni **Clayton D. Laurie.** Sa paglipas ng panahon mula noong Ikalawang Digmaang Pandaigdig ang ebolusyon ng komunikasyong pampulitika ay nangyari. Ang pagdating ng internet, teknolohiya at iba pang mga anyo ng espasyo ng media ay lumikha ng bagong dimensyon ng nakakaakit na madla sa konsepto ng pag unawa sa pampulitikang komunikasyon na may isang bagong halaga. Ngayon dito para sa mga halatang dahilan sa papel na higit pa sa konseptwal na batayan ito ay mahirap na magbigay ng pangunahing pananaliksik katibayan sa madla katotohanan paghahanap. Ang mga ideya ng malambot na kapangyarihan sa modernong konteksto na kung saan ay itinuturing ng maraming isang ebolusyon ng nasyonalismo sa isang mas pulitikal na tamang paraan din ay propounded pampulitika sa edad ng evolving media. Ang simula ng papel na nagmumungkahi ng ideya ng propaganda sa panahon ng pasistang rehimen ay naging pampublikong diplomasya. Malayo abot na epekto ng pampulitikang komunikasyon ay maaaring nadama maging ito sa anyo ng domestic o global madla. Gayunpaman, ang ideya ng pagpapalaganap ng ideya ng nasyonalismo sa pamamagitan ng pampulitikang propaganda ay may maraming saklaw na dapat tingnan. Ang buong ideya ng pagbibigay ng tatak o pagkakakilanlan sa bansa kung saan kailanman ang wika na nais nating tingnan ay may taos pusong kaugnayan sa komunikasyong pampulitika at ang nilalayon nitong epekto. Gayunpaman depende rin ito sa pagtanggap ng mga manonood. Paglipat sa ideya ng nasyonalismo at kung paano ito ipoproyekto ng mga pinuno maaari nating tingnan ang rehiyon ng Timog Asya. Ang ideya ng pagtatayo ng mga nation state at komunikasyon nito sa pulitika ay isang mahalagang dimensyon na dapat talakayin sa papel. Ang buong ideya ng Pakistan at Bangladesh ang pagkatapos ay East Pakistan ay dumating sa pamamagitan ng pampulitikang komunikasyon sa panahon ng mga araw bago ang paghahati at ang pagkakakilanlan nito na nauunawaan ng mga target na madla. Malinaw na nakasaad sa artikulo ni **B.C. Upreti** sa Indian Journal of Political Science na ang nasyonalismo ay ang pagpapakita ng mga ideya sa mga tao at ang mga pagbabago sa pag asa at pag unawa.

Konseptwal na tema ng konsepto mismo: Samakatuwid, mahalagang pansinin na ang buong ideya ng Manipestasyon at ang pagtanggap ng ideya ng nasyonalismo ay binigyang kahulugan ng mga pinunong pampulitika. Ang ideya ng nasyonalismong

Muslim na nagresulta sa paghihiwalay ng panlipunang hibla na dinala ng India sa loob ng 800 taon ay bunga ng Pakistan at Bangladesh. Ang buong ideya ng nasyonalismo sa Timog Asya ay batay sa ideya ng wika, kultura at lahi. Ito ang ginamit ng mga pinunong pampulitika sa kanilang mga talumpati mula nang pumasok ang ideya ng dalawang teorya ng bansa. Ang pampulitikang komunikasyon mula sa liga ng Muslim na may M.A. Jinnah na namumuno ay mahusay na dokumentado. Gayunpaman, ang pagkuha ng bumalik sa core ng papel, mahalagang maunawaan na kung paano ang mga tao ay naapektuhan ng komunikasyon na iyon o paulit ulit na retorika ng demand para sa hiwalay na lupain para sa komunidad ng Muslim sa Timog Asya sa pamamagitan ng isang bagong bansa estado. Ironically ito ay dumating sa backfire mamaya. Ang parehong ideya na lumikha ng pagbuo ng Bangladesh sa mga linya ng wika ay naghiwalay nito mula sa unyon ng Pakistan sa magkabilang panig ng India. Ang retorika at ang ideya nito ng nasyonalismo lalo na sa isang rehiyon tulad ng Timog Asya ay matatagpuan mula sa maraming iba't ibang mga anggulo. Ang iba't ibang anggulo ay naipakikita sa anyo ng lahi, kultura pati na rin ang mga pagkakakilanlan sa wika ay ginamit ng mga pinunong pampulitika. Kung babalikan natin ang pakikibaka ng Bangladesh, ang noon ay East Pakistan para sa kanilang malayang pagkakakilanlan ang retorika upang maitanim ang mga tagapakinig ay batay sa halaga ng wikang Bengali. Iyan ang nabanggit sa papel ni **Julia Major "Konstruksyon ng Dila: Wika, Nasyonalismo at Pagkakakilanlan** sa **Timog Asya"**. Ang buong manipestasyon ng pag imbento ng nasyonalismo tulad ng nabanggit dati ay nai channel sa isipan ng mga nilalayon na madla. Ang komunikasyong pampulitika ay may mahalagang papel sa pagpapadala ng mensahe sa buong madla. Taking hold of the point ang ideya ng wika at paggamit nito ay napakahalaga 'para sa pambansang damdamin. Pampulitika komunikasyon bagaman gayunpaman ay may mas malawak na konotasyon na kung saan ay din doon sa domestic space. Iyan ay isang bahagi na tatalakayin kalaunan. Gayunpaman sa pagpapatuloy sa ideya ng nasyonalismo at pulitika at ang kanyang communicative aspeto ito ay palaging may hawak ng isang mas malaking pampublikong imahinasyon. Ang artikulasyon ng mga sentimyento ng publiko at paglalagay nito sa tamang konteksto upang kumonekta sa mga tagapakinig ay tinaguriang populista o propaganda na isang makapangyarihang diskurso. Dinala ni Subrata K. Mitra ang pananaw ng pulitika ng mga sub national movements sa Timog Asya sa kanyang pagsulat. Ang kanyang artikulo sa " **Ang Rational Politics of Cultural Nationalism"** ay nagsasaad ng ideya na kung paano maaaring mabuo ang emosyon sa ideya ng mga nasyonalistang tendensya kabilang ang sub nasyonalismo. Ito ay may napakahalagang konteksto sa nasasakupan ng pulitika kung saan ginagamit ng mga lider ang ideya, damdamin upang bumuo ng kanilang mga deliverables sa mga manonood. Tulad halimbawa ang mga ideya ng pakikibaka ng LTTE sa Srilanka ay nabanggit. Ang buong ideya ay nagsimula sa paniwala ng mga karapatang sibil na may malakas na pampulitikang sangkap dito. Pagkatapos noon ay nauwi ito sa marahas na pakikibaka ngunit patuloy pa rin itong nagkaroon ng matibay na bahagi ng komunikasyong pampulitika. Kitang kita iyan sa proseso ng kapayapaan sa loob ng Srilanka gayundin sa interbensyon ng India at maging ng Norway. Pagkuha ng cue mula sa mga katulad na insidente ang isyu ng Palestine, Catalonia at iba pang mga sub national o hindi kinikilalang pambansang kilusan ay palaging may isang malakas na pampulitikang komunikasyon na nakalakip dito. Ang kalayaan sa pagsasalita at ang mga ideya na may kaugnayan sa pagkakakilanlan ng mga tao, lahi at bansa ay laging may malakas na impluwensya sa pulitika. Ang paghipo ng ganitong uri ng impluwensya ay maaaring manipulahin at gamitin sa retorika ng estado o ng disoriented section. Ang komunikasyong pampulitika ay tungkol sa mga mapilit na ideya na kumakalat sa buong nasasakupan ng media at kung paano ito natatanggap ng mga tao. Ang agenda at ang pagliligtas ng komunikasyon ay gumagawa ng pagkakaiba ng diskarte. Ang Tsina ay isang halimbawa ng isang awtoritaryan na rehimen kung saan ang ideya ng pampulitikang komunikasyon ay batay sa estado hanggang sa mga tagapakinig. Tulad ng inilagay *ni Xing Lu* sa kanyang pagsulat " **Ang pagsusuri ng Burkean sa Tsina ay hindi masaya: Isang retorika ng nasyonalismo**" na ang wika ay gumaganap ng isang mahalagang konstruksiyon sa komunikasyon. Bilang ang ideya ay batay sa kapangyarihan ng pampulitikang komunikasyon at ang pagpapataw ng estado ang papel na ito ay lubos na tumatalakay sa ideya ng pagkabigo ng mga Tsino. Ang mga ideya ng westernization sa isang hindi mapigilan na paraan at ang pagsasamantala ng mga katutubo ay naglagay sa isang hindi mapigilan na galit sa loob ng bansa. Ngayon ay bumabalik sa paksa dito ang buong ideya ng nasyonalistikong mga hilig at pagsasakripisyo para sa bansa ay tila nakasuot ng manipis na bilang bawat may akda. Sinisikap ng may akda na ipasok ang kanyang sariling pananaw ng kapaitan laban sa kanluran. Bagamat ang pangunahing layunin ay ang paghinuha sa pagbasa ng mga ideya ng nation state na ipinapakita sa mundo. Ang makinaryang pampulitika at ang paggana nito bilang unison upang bigyan ng ideya ng isang malakas na bansa estado ay itinataboy sa artikulong ito. Samakatuwid ang artikulong ito ay iniharap upang ipakita kung paano ang mga ideya ng nasyonalismo at ang functional na representasyon nito ay may epekto sa mga manonood, intelligentsia at kung paano ito natanggap o reciprocated. Ang papel ay inilalahad upang magbigay ng buod ng retorika na nag evolve. Ang kasalukuyang panahon ay pinipigilan ang mga tao mula sa estado na manufactured nationalism at paglaban sa proseso ng masa na ipinapataw sa mga ideya lalo na sa paglitaw ng bagong media

Pagsusuri ng tema: Ang mga ideya ng nasyonalismo ay naipakita sa mga paraan na napakahalaga para sa bansa na maipakita kapwa sa loob pati na rin sa panlabas tulad ng nabanggit sa itaas. Ang komunikasyong pampulitika ng pambansang ideolohiya sa anyo ng pampublikong diplomasya na tinutukoy din bilang malambot na kapangyarihan sa internasyonal na relasyon ay may iba't ibang target na madla. Isa sa mga halimbawa ng komunikasyong pampulitika o retorika mula sa institusyong pampulitika sa anyo ng isang tao sa makabagong panahon ay maaaring makuha mula sa Iran. Ang rehimen ni Mahmud Ahmadinejad retorika tungkol sa Iran at ang kanyang ideolohikal na paglalarawan ay may kakaibang pag unawa dito. Ito ay isang natatanging halimbawa bilang Iranian panlipunan at pampulitikang balangkas ay may isang napakahalagang sangkap sa anyo ng relihiyosong kataas taasang lider bukod sa punong ministro. Ang pangingibabaw ng retorika ni Ahmadinejad at upang maglahad ng isang bagong anyo ng nasyonalismong Neo Iranian ay bago sa mga annals ng pambansang kasaysayan. Tulad ng papel na isinulat ni Navid Fozi ay nagbibigay diin sa katotohanan na ang kulto ng personalidad ay isang personalized na diskarte sa pampulitikang komunikasyon. Ang argumentong ito kung isusulong ay maaaring gamitin upang isulong ang isang punto na kung paano hinubog ng isang solong tao ang pambansang pagkakakilanlan. Simula sa punto ng panimula sa papel na kung saan ay nagsasalita tungkol sa ideya ng pasistang estado at kung paano ang pampulitikang komunikasyon ay isang mabisang kasangkapan upang manipulahin ang mga tagapakinig. Dito sa papel na ito tulad ng nabanggit kanina ay hindi maibibigay ang statistical o prima facie evidence para sa paglahok ng mga manonood dahil sa mga teknikal na dahilan. Pangunahing onus ng papel ang paglalahad ng konseptwal na balangkas kung paano humubog ng emosyon ang instrumento ng komunikasyong pampulitika tungkol sa nasyonalismo. Pambansang pagkakakilanlan at ang mga ideya ng nasyonalismo na kung saan ay may maraming iba't ibang emosyon na nakalakip dito ay nagtrabaho kapag ang mga tagapakinig ay maaaring konektado dito. Ito ay ang mga ideya na binibigyang kahulugan at kung paano ang mga tao ay pinagsama sama sa isang punto batay sa komunikasyon. Ang aspetong pampulitika ng komunikasyong iyon ay nakasalalay sa mga salik tulad ng mga salik na sosyo ekonomiko, kultural, etniko at iba pa. Ang pagkonekta sa masa at pagpapalaganap ng ideya na maaaring makaugnay ang masa ay ang ibig sabihin ng pampulitikang komunikasyon para sa konteksto ng nasyonalismo. Ang mga ideya ng bansa, bansa estado ayon kay **Benedict Anderson** ay kilala bilang " **Mga Imagined Communities"**. Ngayon ay sinisikap ng papel na maunawaan at ilahad ang mga halimbawa na kung paano ipinakikita ang komunikasyong pampulitika na gagamitin para sa konstruksiyon ng mga ideya ng nasyonalismo. Bilang radikal na nasyonalismo ay nakasalalay sa isang kumbinasyon ng mga kadahilanan na kinabibilangan ng pampulitikang kapaligiran, pag asa ng bansa at siyempre iba pang mga kadahilanan na nabanggit upang magbigay ng buod na kung paano ang pampulitikang komunikasyon ay isang pangunahing kadahilanan para sa paghihikayat para sa pagtanggap ng mga tagapakinig. Kahit na ang ideya ng mga pakikibaka ng nasyonalismo ay nahahati sa mas maliit na mga fragment ng lahi / kulay / etniko ay maaaring humantong sa isang pakikibaka para sa pagkakakilanlan. Ang komunikasyong pampulitika ay tumatagal ng anyo ng alinman sa pagiging radikal o katamtaman depende sa tanong ang buong ideya ay batay depende sa sitwasyon at konteksto. Ang mga ideya ng nasyonalismo ay nagbago sa paglipas ng panahon. Mga halimbawa ay sinubukang ilahad sa papel tungkol sa ebolusyon ng nasyonalismo at ang mga ideya nito ay ipinapahayag sa pamamagitan ng prosesong pampulitika ng komunikasyon. Ang mga ideya ay naiiba sa panahon at may iba't ibang konteksto ng lipunan. Kahit na para sa ideya ng nasyonalismo sa India maliban sa ilang mga ideya na kung saan ay naging pare pareho lalo na laban sa Pakistan, hindi likas na paghanga poot relasyon sa kanluraning mundo ang mga ideya ng nasyonalismo ng India ay palaging nagbabago. Ito ay may kakaibang konotasyon sa pampulitikang komunikasyon kapwa sa domestic pati na rin sa internasyonal na antas. Ang ideya ay upang maunawaan na kung gaano kabisa ang pampulitikang komunikasyon para sa ideya ng nasyonalismo. **Karl Deutsch** naglalagay sa isang mahusay na diin sa ideya ng panlipunang komunikasyon at kung paano ang akumulasyon ng kultura ay gumaganap ng isang napakahalagang papel sa pangkalahatang proseso. Katulad nito, ang ideya ng nasyonalismo ng Hapon na kung saan ay batay sa isang malaking scale cultural homogeneity at na naging kanilang kakanyahan ng pulitika pati na rin ang panlipunang komunikasyon.

Gayunpaman, ang mga ideya na iniharap ni **Yuko Kawai** sa papel na Neoliberalismo, Nasyonalismo at

Interkultural na Komunikasyon na kung paano sa panahon ng globalisasyon ang mga ideya ng nasyonalismo ng kultura ng Hapon ay nagbabago. Ang papel ay nagsisikap na muling bigyang kahulugan ang ideya ng pampulitikang paninindigan punto mula sa epekto ng globalisasyon at kung paano ito nakakaapekto sa buong bagong ideya ng japan at ang mga kaisipang nasyonalismo nito ay umuusbong. Ang buong ideya ng paglipat sa neo liberal ideolohiya ay nagbabago ang paraan ay constructed nito nasyonalistikong pagkakakilanlan. Ang komunikasyong pampulitika dito ay hindi binabanggit sa pinakamahigpit na kahulugan kundi ang ideolohikal na paglipat na nangyayari ay kung ano ang pokus ng komunikasyong pampulitika. Ang mga ideya ng pampulitikang impluwensya at ang halaga nito ay kung ano ang pinakamahusay na naglalarawan ng relasyon para sa halimbawa na ibinigay sa itaas. Sa katunayan ang buong ideya ng papel ay upang maunawaan ang kaugnayan na ang mga ideya ng nasyonalismo ay dala sa pamamagitan ng aspeto ng pampulitikang komunikasyon. Mula sa makasaysayang panahon hanggang sa kamakailang nakaraan Japan na noon pa man ay nakikita bilang isang bansang ipinagmamalaki at nangingibabaw sa kultura sa pamamagitan ng iba't ibang timeline sa Asya ay nagkaroon ng paglipat sa makabagong panahon. Tulad ng nabanggit, ang ideya ng papel ay upang patuloy na maitatag ang ideya na kung paano ang pampulitikang komunikasyon na kung saan ay may maraming mga katulong na kadahilanan ng panlipunan, kultural at pang ekonomiyang mga kadahilanan ay tumutukoy sa ideya ng nasyonalismo. Ang halimbawa ng japan ay naglalahad kung paano nagbago ang tono ng kasaysayan ng imperyo at nasyonalismong pang ekonomiya sa paglipas ng panahon. Ang pampulitikang paglipat ng komunikasyon mula sa Japan sa anyo ng kanilang sariling malambot na kapangyarihan ay nagtatampok ng katotohanan. Kabilang iyan sa tulong pinansyal, teknolohikal na makabagong ideya pati na rin ang kanilang paglipat patungo sa pagyakap sa pandaigdigang kultura. Ang buong halo ay nai propounded sa pamamagitan ng mga pagbabago sa pampulitikang komunikasyon na naglalagay sa ideya ng kung paano crucially komunikasyon at ang mga paninindigan nito hugis up ideya tungkol sa bansa at pambansang pagkakakilanlan. Ang pagtatapos ng bahagi ng papel ay magtutuon sa kung paano maaaring hubugin ng hinaharap ang kaugnayan na ito. Ang kinabukasan ng komunikasyong pampulitika at ang ideya ng nasyonalismo ay mag ebolb sa konteksto ng ekonomiya gayundin ang ebolusyon ng media na naghahatid ng mensahe.

Umiikot na pananaw sa nasyonalismo at komunikasyong pampulitika: Ang Tsina ay isang makinang na halimbawa kung paano ang buong ideya ng pampulitikang komunikasyon ay maaaring istruktura sa paligid ng ideolohiya ng korporasyon ayon sa mga bagong ideya ng nasyonalismo. Ito ay nabanggit sa papel na isinulat ni **Jian Wang** sa papel na "*Political Symbolism of Business: Exploring consumer nationalism and its implication for corporate reputation management*". Ang papel ay nagtatampok ng katotohanan na kung paano ang pampulitikang rehimen sa Tsina ay lumipat sa kanilang paninindigan mula sa komunistang ekonomiya mula noong panahon ng Mao sa mabagal ngunit patuloy na pang industriya na pagkiling sa ilalim ni Deng Xiao Ping sa consumerist na paninindigan mula noong huling bahagi ng 80's. Katulad ng halimbawa ng mga hapones tulad ng nabanggit kanina ang halimbawa ng tsino ay isa pang insidente kaugnay ng ebolusyon ng komunikasyong pampulitika sa pagbabago ng panahon. Ang komunikasyong pampulitika ay hindi palaging nakasalalay sa mga tagapakinig ay makikita mula sa mga halimbawa. Ang mga ideya sa karamihan ng mga oras ay nagmula sa tuktok at pagkatapos ay itulak pababa sa masa. Ebolusyon ng media gayunpaman ay disrupted ang pagsasanay sa mga kamakailan lamang na beses. Ang mga halimbawa ng bagong rebolusyon ng media ay nakagambala sa daloy ng komunikasyong pampulitika at ang modelo ng pagtanggap ng madla. Ang buong bagong hanay ng puwang ng pampulitikang komunikasyon sa anyo ng interactive na media ay lumikha ng isang bagong landas kung saan ang kapitalistang lakas ng pamahalaan o pribadong mga bahay ng media ay hinamon. Ang hindi kinaugalian na anyo ng pagsubaybay sa media ay nagbukas ng isang buong bagong landas. Ito ay tinatalakay sa pangwakas na bahagi ng papel bilang ang tema ay nakabatay sa komunikasyong pampulitika at nasyonalismo. Kaya ang mga bagong anyo ng media ay isang bagong espasyo para sa liberal, neo liberal upang ayusin ang kanilang mga ideya at ilagay ito sa tabi.

Samakatuwid ang mga ideya ng bagong media at pampulitikang komunikasyon ay hindi maaaring ma diskwento habang nagtatapos ang papel. Katulad nito ang iba pang mga iba't ibang mga kadahilanan ng paggamit ng sinehan pati na rin ang isport ay ginamit sa isang pampulitikang motivated na paraan para sa nasyonalistikong mga layunin. Ang buong ideya ng modernong araw na Olympics mula noong 1896 o FIFA world cup ay naglalarawan ng kahulugan ng awtoridad, imahe ng tatak ng bansa at upang maitanim ang pakiramdam ng pagmamalaki ng pag aari sa host nation. Gayunpaman football na kung saan ay isang pandaigdigang sport ay nawawala ang kanyang sheen bilang isang platform para sa nasyonalistikong mga hilig. Ang ideya ay nagmula sa papel na isinulat ni **Ilan Tamir** mula sa Unibersidad ng Israel na pinamagatang " *Pagtanggi ng Nasyonalismo sa mga Tagahanga ng Football*". Ang ideya ay out sa buong lamang sa nakaraang talata na disruptions sa pampulitikang komunikasyon at ang diskarte nito sa madla ay nangyayari dahil sa paglitaw ng mga bagong platform ng media. Ito ay maaari ring mahusay na ilagay sa papel na may kaugnayan sa sinehan at media kung saan ang globalisasyon ay nagdala sa isang bagong hybrid na pagkakakilanlan at ang mga ideya upang gamitin ang mga ito para sa pampulitikang komunikasyon ay nawawala. Ang globalisasyon sa anyo ng ekonomiya, media pati na rin sa sports ay nagpuputol sa buong jingoistic na linya ng pampulitikang komunikasyon. Kahit na ang mga sikat na palabas sa telebisyon na may kaugnayan sa pagsasayaw, pagkanta tulad ng Eurovision, Maaari kang sumayaw Canada ay nagtataguyod ng isang bagong uri ng komersyal na nasyonalismo. Ang ideya ng ganitong uri ng nasyonalismo ay mas konektado sa mas malambot na elemento. May fluidity ang ganitong uri ng nasyonalismo. Tulad ng papel na isinulat ni **Christine Quail** inilalagay ito sa pananaw maganda ang ganitong uri ng komersyal na nasyonalismo ay muling humuhubog sa buong ideya ng nasyonalismo. May pagbabago sa apela ng mga pagpapahalaga ng nasyonalismo na konektado sa pagbabago ng mga halaga ng kultura at ekonomiya. Gayunpaman mayroon ding iba pang aspeto ng nasyonalismo sa panahon ng online media at ang paggamit nito para sa mga manonood. Ang online space ay nagdudulot ng napakabagong pananaw ng nasyonalismo kung saan laging hinahamon ang mga ideya ng pagkakakilanlan at pakikisama sa nasyonalismo. Ito ay isang ideya na dinala sa **Lukasz Szulc** sa papel na kung saan ay nagsasalita tungkol sa mga online na pagkakakilanlan ng nasyonalismo at personal na pagkakakilanlan na may kaugnayan sa sekswal na pagkakakilanlan na nagdadala sa isang napakahalagang pananaw na kung paano ang mga online na puwang ay lumalampas sa iba pang mga pagkakakilanlan.

Konklusyon: Ang mga ideya ng paggalugad ng nasyonalismo online ay isang lugar kung saan ang papel ay maaaring tingnan pa Ang mga ideya ng nasyonalismo ayon sa inilahad sa buod ay upang magbigay ng paunang ideya na kung paano binabago ng bagong media ang mga ideya ng mga hangganan ng bansa at ang damdaming kaugnay nito. Ang mga ideya ng nasyonalismo ng Diaspora ay isang konsepto na kung saan ay umuusbong mula sa konsepto ng bagong media na kung saan cuts sa buong bansa. Tulad ng nakasaad sa papel na isinulat ni **Youna Kim** na may bagong anyo ng nasyonalismo na pumapasok sa unahan. Ang mga kababaihan ay nangunguna lalo na sa mga bansa sa Silangang Asya ng pagpapalaganap at reporma sa mga ideya tungkol sa nasyonalismo na may internet access mula sa bahay. Ito ang mga uri ng mga pagkagambala kung saan ang mga bagong elemento ay pumapasok upang bumuo ng isang bagong konstruksiyon ng nasyonalismo sa pamamagitan ng bagong media. Ito ay lubhang kawili wiling upang ituro dito na ang mga di pangunahing stream elemento kung maaari silang ilagay sa na paraan na ginawa para sa Arab spring. Ang Arab Spring sa pinakamahigpit na kahulugan ay maaaring hindi nakikitungo sa nasyonalismo ngunit nagdadala sa pananaw ng demokrasya at mensahe nito. Ang aspeto na ito ng komunikasyong pampulitika ay isa ring uri ng propaganda para sa mga demokratikong karapatan ay maaaring maimpluwensyahan ng mas walang pulitikal na aktibong puwersa dahil sa pagpapalaganap ng social media. Ang ganitong uri ng sukat ng mga tinig pampulitika na nakakaapekto sa pagbabago ng pananaw sa pulitika, mga kampanya at ang buong kalabisan ng pagbuo ng pampulitikang pagkakakilanlan at nasyonalismo. Ito ay isang pangunahing sangkap ng ideya na kung saan ay manifested sa social media edad ng ngayon. Ang malayang daloy ng impormasyon ay nagbigay daan sa mga malayang tinig na lumabas at ipaglaban ang mga ideya ng kanilang pagkakakilanlan na nabuo sa paligid ng nasyonalismo. Maaari rin itong tingnan mula sa pananaw ng mga sub national identity. Ang tanging pangunahing salik dito ay ang pinagmulan ng nasyonalismo sa isang bagong konteksto ng isang umuunlad na media na ginagawang isang kagiliw giliw na kadahilanan para sa kasalukuyang panahon. Sabi nga sa papel ni **Zhongshi Guo** et al sa papel na pinamagatang " **Nationalism as Public Imagination"** na nakatuon sa aspeto na kung paano nalikha ng media ang ideya ng mga diskursong nasyonalista. Ang media ay isang aktibong puwersa na maaaring makatulong upang lumikha ng isang parallel na ideya ng mga nasyonalistikong hilig tulad ng nabanggit sa papel tungkol sa Tsina. Ito ang ideya kung paano lumilikha ang media ng bagong anyo ng nasyonalismo sa isang bansa tulad ng Tsina kung saan ang daloy ng impormasyon ay pinaghihigpitan. Tulad ng pamagat ng papel ay nagmumungkahi ng mga ideya ng pampublikong imahinasyon sa anyo ng nasyonalismo upang ang mga ideya ay maaaring dumaloy sa pamamagitan ng social media o ang bagong umuunlad na media. Bakit? Ang dahilan ay hindi ito nagdurusa mula sa pagharang ng impormasyon tulad ng maginoo media. Hindi ito maaaring kontrolin sa pamamagitan ng daloy ng kapital o maginoo na kapangyarihan. Ang direksyon ng mga mensahe at ang daloy ng impormasyon na walang hadlang ay isang mahalagang pagsasaalang alang para sa mga kontemporaryong panahon kung saan ang mga ideya ng nasyonalismo ay kasangkot din. Si *Karl Deutsch* ay isang may akda na sumulat tungkol sa nasyonalismo at mga ideya ng bansa. Ang kanyang pagsulat ay nagsikap na pagtuunan ng pansin ang ideya ng nasyonalismo sa pamamagitan ng kasukdulan ng panlipunan gayundin ng aspeto ng pulitika ng bansa. Ang komunikasyon ayon sa nakasulat sa kanyang mga akda ang bumubuo sa ideya ng pambansang damdamin. Iyon mismo ang sentrong mahalagang piraso ng pagbuo ng mga damdamin ng nasyonalismo at ang paggamit nito sa komunikasyong pampulitika. Ang paggamit ng bagong media na sa puntong ito ay ang internet ay napag usapan na. Gayunpaman ang internet ay ibinabalik sa talakayan dahil ito ay isa sa mga pinaka dynamic na platform sa modernong panahon. Ang paraan ng pagpapakita ng bagong anyo ng komunikasyong nasyonalismo sa bagong midyum ng komunikasyon. Tulad ng papel na isinulat ni **Hyun Ki Deuk** et al tungkol sa paggamit ng internet hindi lamang upang maipalaganap ang nasyonalismo, maaari rin itong gamitin upang manipulahin ang paggamit ng nasyonalismo para sa komunikasyong pampulitika. Tulad ng ipinahihiwatig ng papel ang ideya ng internet na gagamitin bilang plataporma ay nagbago ang paraan ng komunikasyon ay nangyayari iminungkahi sa pamamagitan ng pamagat ng kanyang papel na kung saan tinitingnan ang pampulitikang komunikasyon at nasyonalismo sa isang bagong paraan. Internet tulad ng iminungkahi sa papel ay ginagamit ng China para sa pagpapakilos ng mga anti Hapon nasyonalista sa bansa. Ito ay isang napakahalagang aspeto ng ebolusyon ng komunikasyon. Internet ay ang forum na kung saan ay umunlad ang konteksto ng kung paano ang mga tao ay ngayon ang kanilang mga sarili bahagi ng buong proseso ng komunikasyon. Ang komunikasyon ay palaging umunlad kasabay ng pagbabago ng panahon gayunpaman ang internet marahil ay nagbigay ng pinakamahalagang anyo ng plataporma na natanggap ng kabihasnan ng tao. Ang ideya ng internet ay nagtanggal ng mga elitistang hadlang para sa pampulitikang komunikasyon. Ito naman ay lumikha ng espasyo para sa mga lateral na tinig na karaniwang hindi naririnig kapag ang mga pwersa ng komunikasyon ay naipit sa pamamagitan ng maginoo na paraan. Ang papel ni **Sriram Mohan** na nagsasalita tungkol sa "*Paghanap ng Internet Hindu*" ay nagdudulot ng pananaw na ito. Napakahalaga na pagnilayan ito habang ang papel ay humuhugot sa pagtatapos na bahagi. Ang mga independiyenteng espasyo kung saan ang mga mamamayan ay maaaring dumating sa kanilang sariling punto ng pananaw ay napakahalagang konteksto para sa hindi lamang mga pambansang kilusan na nangyayari sa isang mas malawak na antas. Ang pagkakakilanlan ng mga taong tinig ay marginalized ay nakahanap ng malakas na opinyon sa mga cleavage ng mga digital na espasyo. Tulad ng halimbawa ng papel na nabanggit sa itaas kung saan ang mga radikal na Hindu ay maaaring magpalaganap ng kanilang ideolohiya o atleast magkaroon ng kanilang manipestasyon para sa ideya na marginalized sa pangunahing lipunan. Ang internet ay lumilikha ng mga puwang para sa hindi lamang bagong uri ng nasyonalismo kundi pati na rin ang paggambala sa paraan ng mga paksyon sa loob ng pagkakakilanlan ng ideya ng nasyonalismo ay lumalapit. May iba't ibang diaspora na nabubuo na ang ideya ng komunikasyon at ang pagyakap sa nasyonalismo sa isang pandaigdigang mundo. Tulad ng papel na isinulat **ni Brenda Chan** *"Imagining the Homeland: The internet and diasporic discourses of Nationalism"* na sa mundo ng internet sa kabila ng paglayo mo sa iyong core nationalistic center, gayunpaman maaari mong ipahayag ang iyong opinyon at ang mga opinyon na maaaring lumabas sa kabila ng pagiging disconnected sa mga ugat. Kaya umuunlad ang ideya ng nasyonalismo at komunikasyon mula sa ideya ng pagkakakilanlan ng opinyon at ng mga tinig na mahalaga. Ito ang paraan ng pag asa sa mga bagay na tumutukoy sa buong ideya kung saan ang nasyonalismo ay sumusulong. Ang argumento na may kaugnayan sa buong ideya ng nasyonalismo ay maaaring isang napaka iba't ibang konstruksiyon lahat nang magkasama, gayunpaman dito ang punto ng talakayan ay limitado sa mga umuunlad na format ng nasyonalismo at aspeto ng komunikasyon nito sa umuusbong na plataporma ng internet. Paano ang iba pang mga form ay nagdadala up ang buong debate ng deliberasyon ay nagdudulot sa para sa pagsasara ng mga argumento para sa espasyo ng internet bilang platform ng komunikasyon. Ang papel ni **Peter Dahlgren** ay nagdadala sa paksa ng internet bilang isang entrant sa pampublikong espasyo bilang isang napaka bagong kababalaghan. Ang ideya ng papel ay napaka kawili wili sa aspeto na ito bilang pagkilala sa internet bilang isang bagong platform ay ang susi na pokus ng papel. Gayunpaman, ang pinaka kagiliw giliw na aspeto na ay na buod ng buong ideya ng papel na ito. Nagdadala ito ng eksaktong pag unawa na kung paano ang komunikasyon sa pulitika kabilang ang nasyonalismo ay dumarating sa konteksto mula sa isang marginalist na pananaw. Ito ang sentrong focal point ng papel para sa isang evolved communication perspective.

Ang Kilalang Hindi Kilala: Isang Daigdig na Walang Asya sa Geo Politics ng 21st Century

Ang administrasyon ng USA mula pa noong panahon ng post world war 2 ay nasa timon ng isang pandaigdigang kaayusan na pinangungunahan ng mga patakaran nito. Kahit na para sa isang tiyak na tagal ng panahon nagkaroon ng isang matinding karibal sa pagitan ng USA at USSR. Ang mundo na kung saan ay dominado sa pamamagitan ng dalawang kapangyarihang ito at ang kanilang patuloy na interbensyon sa buong mundo ay hugis ng mundo hanggang 1990's bago ang pagbagsak ng USSR. Post na dumating ang isa pang phase ng mundo pulitika at paghubog ng mga patakaran ngunit lamang sa pamamagitan ng USA, karamihan ng mga beses.

Ang ideya ng pandaigdigang pulitika na hinihimok ng mga teorya ng realismo, neo realismo o ang liberal na paaralan ng mga kaisipan sa huli ay may pragmatismo na nagtutulak ng mga patakaran. Ang geo pulitika ay may matatag na relasyon sa lipunan at ang mga pangangailangan na maaaring masasalamin ng yunit ng administratibo. Dahil ang pagtatapos ng malamig na digmaan, USA got kasangkot sa buong mundo sa higit sa isang labanan. Kung ang USA ay assertive sa panahon ng post world war phase ang interbensyon ng USA ay nadagdagan ang post cold war phase din. Sa hindi tiyak na mga oras ng maginoo na panahon na kung saan ay kilala ngayon bilang Volatile, Uncertain, Complicated, Ambiguous mundo ang dynamics ng paggawa ng patakaran sa USA ay maaaring naging mabagal upang umangkop. Ang globalisation ay dumating sa paligid upang maimpluwensyahan ang pulitika sa mundo sa eksaktong parehong paraan na sinimulan nito.

Ganyan ang mga merkantilista sa kanlurang mundo na naglayag para sa iba pang bahagi ng mundo. Sa paraan kung paano sa pamamagitan ng kasalukuyang beses ang trend ay reversing mula noong katapusan ng malamig na digmaan sa kapangyarihan at pera paglipat sa labas ng kanlurang mundo. Mahalagang isaalang alang ito bilang mga patakaran ng sibilyan, interbensyon ng patakarang panlabas gayundin ang hegemonic tendencies ng mga kanluraning kapangyarihan. Dapat tandaan na ang daan para sa dominasyon ng US ay nakabatay sa interpretasyon ng mundo. Ito ay magdadala sa amin sa tanong ng etika. Isang tanong tungkol sa pag unawa sa mundo na kung saan ay maaaring hindi nauugnay sa USA sa anumang paraan sa mga tuntunin ng kultura at siyempre heograpikal na kalapitan. Hindi pa rin maaaring ipagsawalang bahala ang epekto ng patakarang panlabas ng US. Ito ay naroon mula noong nakaraang siglo at dahil ang buong mundo ay nakasakay na sa alon ng Globalisation ang tanong ay nananatili na maaaring balansehin. Ang usapin ng etika kung saan ang mga makapangyarihan ay nananakit pa rin sa mga walang kapangyarihan sa larangan ng pandaigdigang pulitika. Gayundin, may malaking tanong na natitira dahil sa globalisation na humuhubog sa huling dalawang dekada. Samakatuwid, kung paano ang tanong ng etikalidad sa kung anong uri ng epekto ang isang pagkilos ay maaaring magkaroon ay medyo madalas na overstepped o sadyang nakalimutan. Ang kalamidad na kung saan ay nakatakda sa paggalaw sa panahon ng Iraq War sa 2003 ay isa sa mga panahon sa kasaysayan ng panahon na kung saan ay hindi maaaring overlooked bilang isa tulad ng desisyon. Ang desisyon na kung saan ay nakakaapekto sa modernong araw na geo pulitika kahit na ngayon. Gayunpaman, kung ito ay dumating sa pagtingin sa mga taong kasangkot ay magkakaroon ng mga katanungan.

Ang mga tanong na magpapasiya na kung ang mga tao ng kapangyarihan ilagay up sa gawain ay maaaring sagutin para sa kanilang mga aksyon na kinuha. Sa mga tuntunin ng responsibilidad ang ideya ay upang maunawaan na ang isang tao tulad ng Donald Rumsfeld na namamahala bilang isang Défense Secretary bilang isa sa mga bunso at ang pinakamatanda sa ilalim ng dalawang magkaibang mga pangulo ng US ay nakakita ng isang mahusay na maraming mga pagbabago sa kanyang dalawang panunungkulan. Ang isa na kung saan ay sa ilalim ng scanner ay batay sa kanyang papel bilang Défense Secretary sa ilalim ng George W. Bush Jr. ay ang punto ng pagtatalo at din sakop sa dokumentaryo Ang hindi kilalang kilala batay sa isa sa kanyang mga hindi magandang pahayag na ginawa sa reaksyon sa Iraq War. Ang ideya ng interbensyon ng US sa Iraq ay pinagtatalunan na bilang US sa pamamagitan ng oras na iyon ay kasangkot sa Afghanistan. Sa likod nito ay dumating ang tanong na sangkot ang US sa digmaan sa ibang bansa. Ang mga sundalo na ipinadala sa aktibong labanan na may layunin na hindi malinaw na tinukoy o nauunawaan. Narito ang sanaysay ay naglalayong maunawaan ang tanong ng kanyang paggawa ng desisyon bilang isa sa mga pangunahing tagapayo sa Bush Presidency (Rumsfeld). Ang payo batay sa kanyang mga pananaw na maaaring sabihin na conjured upang makakuha ng sa imagined kaaway ay Iraqi rehimen at ang kanilang incumbent diktador pangulo pagkatapos ay Saddam Hussain. Gayunpaman, ang pag iingat at ang tanong ng etika batay sa tanong ng interbensyon ay hindi kailanman sinunod. Si Saddam Hussain din ang dapat sisihin. Hindi siya nakipagtulungan na kung saan ay ginawa ang kanluraning komunikasyon batay sa kanyang non cooperative attitude na gagamitin para sa katwiran ng interbensyon ng mga pwersang US. Ang pagbagsak ng rehimeng Iraqi na dumating nang mas mamaya ay hindi maaaring ibasura dahil sa dami ng mga kakila-kilabot na inilabas noong panahon ng pananakop ng mga pwersa ng US sa Iraq. Gayundin, ang pagpapahirap sa mga bilanggo ng digmaan sa Guantanamo bay ay nagulat sa mundo. Ngayon bilang sa lahat ng mga puntong ito na nabanggit ang tanong ng etika kahit na stepped aside para sa isang sandali ang isa ay kailangang hindi bababa sa huminge ng katwiran. Isang kalihim ng pagtatanggol na hindi nag isip ng mga repercussions batay sa interbensyon sa Iraq at ibagsak ang isang rehimen na walang alinlangang diktador ngunit kahit papaano ay may hawak na isang malutong na bansa estado. Ang pagbagsak ng Rehimeng Saddam batay sa hindi mapagpasyang katibayan ng paggawa ng kanyang rehimen ng mga sandata ng mass destruction ay naglagay sa bansa, rehiyon at mundo sa panganib. Ang pag usbong ng mga banta pagkatapos ng pagbagsak ng Rehimeng Saddam ay para makita ng buong mundo ngayon. Lumitaw ang mga mapanganib at mas ekstremistang teroristang grupo kaysa sa Al Qaeda sa anyo ng ISIS. Kaya malinaw na ang tanong arises na kung anong uri ng etikal na posisyon ay nai direct sa pamamagitan ng isang tao tulad ng Donald Rumsfeld. Samakatuwid, ang pangkalahatang pagbabawas ng responsibilidad ng mas malalaking kapangyarihan at ng mga taong nagtutulak sa kanila ay kailangang isaalang alang. Ito ang mga tanong na nabanggit sa dokumentaryo.

Habang pinapanatili ang focus sa Donald Rumsfeld isa ay hindi dapat kalimutan ang pampulitikang senaryo sa USA pabalik pagkatapos. Ang pagbagsak ng twin towers ay simbolikong pagbagsak ng pride ng USA na itinuturing na pinakadakilang bansa sa mundo ng media at ng mga taong kabilang doon. Isang dayuhan puwersa beckoning ang relihiyon dogmatismo na kung saan ay nasugatan USA tiyak na lumikha ng isang pampulitikang senaryo na kung saan ang isa ay hindi maaaring isipin sa kanilang pinakamalayo visions. Ang presyon ay napakalaki sa George Bush Jr. na kinuha sa kanyang unang presidential panunungkulan at ang pulitika ng US ay nagbigay ng sagot. Mula sa bulwagan ng kongreso ng US senado hanggang sa kahit na ang mga debate sa media at maaaring isa kahit na isaalang alang ang mga presidential chambers na ang clamour para sa digmaan sa Arab mundo ay makabuluhan. Si Saddam Hussain ay dating target sa digmaan sa gulf war ng 1990 at humina lamang tungkol sa sapat na upang siya ay makapag latch sa kanyang kapangyarihan gayunpaman tama at angkop na pasaway sa kanyang walang kapararakan na pag atake sa Kuwait. Hindi pinabayaan ng USA ang pagkakataong iyon para ipaalala na hindi bibitawan ang mga kaalyado nito kung bantaan. Nagkaroon ng balanse sa diskarte at sinunod ang tema ng sanaysay ng pagsasaalang alang ng etika habang pinapanatili ang pragmatismo sa panahon ng globalisasyon. Gayunpaman, sa ilalim ng Donald Rumsfeld bagaman maaaring ito ay isang bit malupit at ang tono ng oras na iyon ay maaaring maging tulad nito, hindi siya nagbayad ng sapat na pansin para sa pagsasaalang alang na inilatag para sa mahusay na kapangyarihan na hawak ng USA. Ang epekto ng bullying power ng USA ay hindi isinasaalang alang na kung paano ito ay lumikha ng kawalan ng katatagan at ang pagkawala ng buhay. Pinakamahalaga kung ano ang pangmatagalang kakila kilabot na mga senaryo ay ilalabas sa sandaling ang USA ay makakakuha ng mapupuksa ang Saddam Hussain. Ang konserbatibo at ang mga pananaw na may pagkamakasarili na kung saan ay masqueraded bilang isang bagay ng pambansang pagmamalaki at ang seguridad ng mga tao pabalik sa bahay ay naging sanhi ng masyadong maraming buhay ng US pati na rin. Kaugnay ng kontekstong ito USA bago pa man masangkot sa digmaan sa Iraq ng 2003 ay ginawa na rin ito sa digmaan sa Vietnam pati na rin ang krisis sa Libya sa simula ng huling dekada. Samakatuwid, ang sisihin na ilagay sa pagkapangulo ni Bush at ang kanyang pangunahing tagapayo na may kaugnayan sa mga bagay ng interbensyon sa Iraq at kung paano hinawakan ang sitwasyon ay tiyak na maaaring ituro kay Rumsfeld. Gayunpaman, hindi iyon magbabago sa katotohanan na ang isang taong tulad niya na may karanasan sa paghawak ng naturang pangunahing posisyon ay kailangang maging mas makatuwiran at ilagay ito sa mas mahusay na paraan diplomatiko. Ang kakulangan ng taktika at ang paraan ng paghawak ng mga bagay bagay na hindi nakakalimutan ang mga brash statement na ginawa sa pampublikong forum ay ginawa siya ng isang mapaghihiwalay na figure. Ang paggawa ng patakaran at ang antas ng ulo na diskarte na kinakailangan upang gumawa ng mga desisyon na makakaapekto sa mundo para sa mga taon na darating ay tiyak na hindi nakuha. Ang gastos ng ganitong uri ng fallacy sa ilalim ng Rumsfeld ay may epekto kahit na ang USA ng maraming.

Sa dokumentaryo ang pokus ay sa pag unawa Donald Rumsfeld bilang isang character at kung paano kumilos ang tao. Kahit na tuwing ang tanong ay dumating sa pag unawa ng pagkatao ni Donald Rumsfeld tulad ng nabanggit mas maaga ang pampulitikang sitwasyon ng mga oras na iyon muli ay kailangang isipin. Ang ideya ng tao at kung ano ang nagtutulak sa kanyang mga ideya pati na rin ang proseso ng pag iisip ay kailangang maunawaan para sa sanaysay. Ito ang magpapadali sa pag unawa sa mga patakaran na kanyang ginawa. Samakatuwid, ang proseso ng pag unawa sa mga patakaran sa paligid ng oras ng 2003 Iraq War ay ang oras kung kailan ang kanluran ay abala sa pag project ng isang imahe. Ang imahe ng mga liberators mula sa rehimen ng kahila hilakbot na rehimen. Ito ang naging driving point para sa policy making ni Donald Rumsfeld at masasabi rin na ito ang driving point sa lahat ng mga ginawa niya. Samakatuwid, ang tanong ng mga direktiba ng patakaran ni Donald Rumsfeld at ang tanong ng etikalidad ay hindi lamang ang pag aalala. Upang maunawaan ng tao ang proseso ng pagsisiyasat na may kaugnayan sa bahagi ng etika at ang tanong ng kanyang mga patakaran na nagkaroon ng maraming pagpunta sa likod ng mga eksena. USA sa mga panahon ng 2003 ay na rin sa loob ng dalawang taon ng labanan laban sa terorismo. Gayunman, nanatili ang mga tanong na kung gaano kaepektibo ang labanan na iyon. Ang pera ng nagbabayad ng buwis at lahat ng mga mapagkukunan na inilalagay sa mga pagsisikap sa digmaan sa Afghanistan ay hindi nagpapakita ng masyadong maraming mga resulta. Ang mga estratehikong plano ng mekanismo ng pagtatanggol ng US ay tila hindi gumana nang maayos lalo na ang pangunahing target ay si Osama Bin Laden. Ngayon sa gitna ng lahat ng ito, USA alam na Saddam Hussain na walang kinalaman sa Taliban at sa katunayan ay lubos na sumasalungat sa kanila ay maaaring magbigay upang maging ang perpektong pagkagambala. Ang pagkagambala para sa pamahalaan ng US upang makahanap ng isang bagong avenue para sa opinyon ng publiko na muling maisip at hugis. Ganyan ang buong ideya ng tanong ng etika sa pinakaunang pagkakataon. Ang pagsisimula para sa patakaran ng mga tropang Amerikano na papasok sa bansang Iraq ay isang kadahilanan na kailangang isaalang alang mula sa anggulo ng Afghanistan. Ang pag iipon ng lahat ng proseso na matagal nang nangyayari ay nagresulta sa mga lupon ng patakaran ng administrasyon ng USA. Ito ay kung saan Donald Rumsfeld at ang kanyang patakaran kaugnay na personalidad ay maaaring tumingin sa. Ang incumbent US president pagkatapos George Bush Jr. at kung anong uri ng pagkiling ng isip siya ay sa pagsunod sa wake ng bagong digmaan. Samakatuwid, ang ideya ng deciphering ng tao na infamously pinangalanang "Ang Kilala Hindi Kilala" ay kailangang talakayin. Ang senaryo bago ang timeline ng kanyang ikalawang panunungkulan at ang angst pati na rin ang pagkabigo na nabuo sa kanya ay tumutulong sa pagbibigay liwanag sa kanyang patakaran.

Ito ang pinagtutuunan ng pansin ng dokumentaryo ngunit ang detalyadong pag unawa ay kailangang magmula sa lugar ng panahon na siya ay mula sa. Nagawa na iyan. Ngayon kung aling rehimen ang kinakatawan niya. Oo, ito ay ang konserbatibong Republikano. Ang pagmamataas na dala nila sa kumakatawan sa kapangyarihan ng USA, kapag ang equation ng kapangyarihan na ito ay mismong pinag uusapan mula sa isang mahabang panahon kapwa sa lupa ng bahay pati na rin sa ibang bansa na kung saan ang proseso ng pag iisip at ang pagmamataas sa sarili ay pumapasok. Hindi maaaring balewalain ang pagtuon sa kanyang tungkulin, posisyon at responsibilidad na kailangan niyang gawin. Samakatuwid ito ay ang pagtuon sa mga bagay na ito na gumagawa ng pagtingin sa Rumsfeld sa isang mas kanais nais na posisyon kaysa sa kung ano ang maaaring iminungkahi ng nakaraang bahagi ng aking sanaysay. Ito ay higit pa tungkol sa holistic na pag unawa ng lalaki. Anong klaseng proseso ang kinasangkutan niya sa personal na antas at sa hierarchy ng gobyerno Ang sagot sa mga tanong na ito ay maglalagay sa kanya sa mas magandang liwanag lalo na't ang sanaysay ay tungkol sa pagsagot sa tanong na may kaugnayan sa balanse. Ang diskarte upang mapanatili ang balanse na iyon sa pagitan ng mga direktiba na maaaring makakuha ng USA sa labas ng krisis sa pagkakakilanlan ng kuryente habang nagbibigay din ng outlet. Ito ang naulit sa pamamagitan ng sanaysay at nabanggit. Ito ang nagtutulak sa sanaysay at upang masagot din ang mga tanong na may kaugnayan sa tao. Ano ang nagtulak sa tao na sumulong sa pag iisip para sa mga patakaran na maaaring ituring na brash. Gayundin, ang personalidad na dinala niya na mas assertive at nais na tatak ang awtoridad sa pamamagitan ng pagpuksa sa "Ang Iba" ay tiyak na nagtataas ng tanong ng etika. Gayunpaman, ang kabalintunaan ay namamalagi sa pag unawa na ang isang marahas na insidente ay nagsimula sa proseso ng domino effect sa lahat ng marahas na rehimen na iyon. Ngayon kahit 10 taon na ang nakalipas nang nakadestino pa rin ang tropa ng US sa Afghanistan at pati na rin sa Iraq na kung alam ba ng lalaki kung ano ang kanyang pag sign up. Ang mga kanluraning kapangyarihan na pinamumunuan ng USA at North Atlantic Organization Treaty Organization ay nagtulak sa mundo sa oras na iyon I ang direksyon na kung saan ang mga tao tulad ni Rumsfeld ay nangangasiwa. Tulad ng nabanggit nang mas maaga pati na rin ang mga repercussions ay hindi ang pangunahing pag aalala bilang ang ideya ay upang ibalik ang balanse sa American pride. Samakatuwid, ang mga pahayag na ginawa niya o ang paggawa ng patakaran na siya ay isang bahagi nito ay hindi maaaring maiugnay lamang sa kanya. Kailangan lamang itong tingnan mula sa isang obhetibong anggulo kung saan ang sagot ay maaaring namamalagi sa insidente ng panimulang punto. Iyon ang punto kung saan ang digmaan sa terorismo ay ang payong na sagot para sa USA upang labanan. Ang laban para sa kapalaluan at karangalan ay kanyang isinagawa at sa populistang sentimyento ay totoong nawala sa kanyang paningin ang taktika at diplomasyang kailangan. Ang ideya ay maaaring humiram mula sa landas ni Henry Kissinger mula sa nakaraan.

Ang dokumentaryo sa pagtatapos ay hindi gumagawa ng anumang exaggerated claim o nagdadala sa sarili nitong sensationalist views. Dumidikit ito sa paraan ng paggawa ng dokumentaryo ayon sa pagkakaintindi. Iyon ay, ito ay linear at nagdadala sa pagsunod sa hanay ng mga kaganapan na kung saan ay nakatakda sa paggalaw. Ang mga impormasyong iyon ay ginamit at pinalawak sa sanaysay na ito upang makarating sa mga puntong maituturing na mahalagang mga punto ng pagkonekta ngunit maaaring hindi nakuha. Kaya naman ang pagbibigay diin sa kolektibong pag unawa sa pagitan ng mga salik na nauna sa kanyang paglipat at ang mga sitwasyong humantong sa mga senaryo ay naging pokus. Dito sinusubukan ng sanaysay na tulayin ang agwat sa pagitan ng paggawa ng patakaran, mga pangangailangan ng panahon at kung ano ang hinihingi ng sitwasyon. May mga salik na kailangang maunawaan, i contextualize at i dissect lalo na't iniharap ang usapin ng etika at moralidad. Ganyan dapat isaalang alang ang mundo ng mga panahong iyon. Ang pagsasaalang alang sa saloobin at paglipat sa assertive policy ay dinala sa sanaysay. Ginagawa ito upang magdala ng katwiran at magbigay ng kahulugan para sa talakayan sa usapin ng etika at pangangailangan ng oras.

Ang Wika Bilang Konstruksyon ng Nasyonalismo

Ang papel ay sumasalamin sa paggamit ng wika at ang koneksyon nito sa Nasyonalismo. Ano ang bumubuo ng wika at paano ang implikasyon nito ay isang napakahalagang aspeto para sa pagkakakilanlan sa isang bansa Bakit mahalaga ang pagkakaibigan sa isang wika sa pagsasaalang alang sa mga tao na mapapangkat sa isang pamayanan Ito ang ilan sa mga tanong na sinubukang sagutin sa papel

Mga keyword: **Nasyonalismo, Pagkakakilanlan, Wika, Komunidad, Lipunan, Affinity, Ideolohiya**

Wika bilang isang construct na kung saan ay ginamit sa papel na "Savage Mind" ni Claude Levi Strauss ay maaaring tingnan mula sa punto ng view bilang isang ideolohiya. Ang ideya ng wika at kung paano ang paglikha ng mga salita ay lumilikha ng sariling mundo ay isang malaking ebolusyon para sa lipunan ng tao. Ang mga komunidad at ang kanilang pag unawa sa mga konsepto sa paligid ay makabuluhang naisip mula sa wika. Ang ebolusyon ng lipunan ng tao ay makabuluhang nauugnay sa wika. Ang mga ideolohiya at ang pag unawa sa wika ay nakakatulong sa pagbuo ng kahulugan at nagbibigay din ng kahulugan ng pagkakatulad at pag unawa. Tulad ng naobserbahan ni R. Williams "ang isang kahulugan ng wika ay palaging, implikasyon o malinaw, isang kahulugan ng mga tao sa mundo". Ang ideya ng wika ay may epekto sa paglikha ng isang institusyong panlipunan ito ba ay ang bansa estado, pag aaral, kasarian atbp. Kaugnay ng ideya ng wika at paggamit nito ay isang lugar kung saan nais kong tingnan ang aking hinaharap na gawain sa pananaliksik. Ang ideolohiyang pangwika ay may napakalakas na koneksyon sa mga aspeto ng kultura, lipunan at iba pang aspeto. Ngayon paglipat sa konsepto ng kung paano ito ay maaaring may kaugnayan sa aking trabaho, ito ay walang alinlangan na isang napakahalagang konstruksiyon. Nation State ideolohiya na kung saan ay humahawak ng isang pangunahing bahagi para sa aking iminungkahing pananaliksik trabaho ay nagkaroon ng isang makasaysayang relasyon sa wika. Ang kasaysayan ng ebolusyon ng wika ay may napakahalagang koneksyon sa ebolusyon ng geo pulitika at paradigma mula sa mga lipunang nakabatay sa komunidad hanggang sa mga nation state. Siyempre ang kolonyal na pamamahala sa paglipas ng panahon ay nagbago ng dinamika at hinamon ang mga lipunang multilingual sa isang malaking lawak. Habang ang buong paradigma ay lumipat mula sa kolonyal na bansa patungo sa estado ng post kolonyal, ang pagkakakilanlan ng mga wika ay sumailalim sa isang ebolusyonaryong pagbabago.

Ang buong ideya ng pagbuo ng isang bansa estado ay nagkaroon ng kaugnayan sa wika. Panay ang debate na ang wika mismo ay hindi nagbubuo ng ideolohiya ng isang bansa. Ang ideya ng wika ay nauugnay sa nasyonalismo. Ang mga damdamin nito sa loob ng napakatagal na panahon na makikita mula sa kasaysayan ay nauugnay sa ideya ng bansa. (Anderson

1991) na ang totalitaryan na pamahalaan ay laging hindi nagpapatupad ng organisasyon ng masa. Higit pa sa pagsasaayos ng masa, ang ideya ng pagkakaisa ang pinakamahalaga bilang matagumpay na kasangkapan para sa kilusan. Irish National Movement at ang kilusan ng kalayaan ng Bangladesh ay may malaking implikasyon mula sa wika. Katulad ng iba pang mga halimbawa ng Catalonia ay maaaring ibigay din. Ang ideya ng wika mismo ay nagmumula sa katotohanan na ito ay nag uugnay at nagbubuklod sa mga tao. Tulad ng ideya mula sa artikulo na "Savage Mind" mismo ay nagsasaad na ang wika ay may ideolohiya na napakahalaga. Ang aspeto na ito ay napakahalaga sa gawain na kung saan ay batay sa aspeto ng nation branding. Ang mga ides ng bansa ay may mas malalim na koneksyon sa Wika at upang lumikha ng pagkakakilanlan. Mga halimbawa ay siyempre ang European Nation estado na may kanilang pagkakakilanlan malapit na nakabatay sa wika construct. Habang napupunta ang pagbasa mula sa papel ito ay tungkol sa pag unawa sa mga ideolohiya at hindi lamang sa nomenklatura. Ang ideya tungkol sa wika ay pinagtutuunan ng pansin tulad ng sa akdang "Savage Mind" ang ideya ng wika ay nagpapahiwatig ng konsepto ng mga ideya at emosyon sa likod nito.

Ang mga salita ay may kahulugan at ang bawat kahulugan ay lumilikha ng ideolohiya na maaaring maunawaan ng tiyak na hanay ng mga tao na kabilang sa isang komunidad. Ang pakiramdam na ito ng pagiging kabilang ay maaaring isalin sa ideya ng isang bansa estado construct; bagaman hindi kinakailangang bilang maaari rin itong maging transnational sa kalikasan. Ang ideolohiya at wika ay lumitaw sa sabay sabay na konteksto para sa mga pag aaral ng kultura at nag evolve sa paggamit sa maraming iba't ibang mga lugar. Gayunpaman may malaking pagkakaiba sa wika mismo at sa ideolohikal na aplikasyon nito. Naghahanap ako upang gumana sa Nation Branding kung saan ang konstruksiyon ng wika at ang mga ipinahiwatig na kahulugan nito ay may malaking kinalaman sa ideolohikal na apela para sa mga nagsasalita. Gayunpaman kung kukuha tayo ng halimbawa ng wikang Bengali ang paggamit nito ng ideolohiya ay may malaking pagkakaiba sa kontekstwal na aplikasyon ng West Bengal at Bangladesh. Ang lubos na paggamit ng pakikibaka na nakapalibot sa wika sa silangan at kanluran ng Bengal ay nagbibigay sa wika ng isang napaka ibang pagkakakilanlan. Ang noon East Pakistan na ngayon ay Bangladesh ay nagkaroon ng buong paniwala ng kanilang kalayaan at demand para sa self rule na binuo sa paligid ng wikang Bengali. Hindi iyon ang senaryo sa kanluran ng Bengal sa Union of India. May iba't ibang diskarte sa ideolohiya ng wika na pinakamahalaga ay ang kontekstong etnograpiko. Si Malinowski na itinuturing na ninuno ng etnograpiya matapos ang kanyang pananaliksik sa Trobriand Island ay nagtatampok din ng kahalagahan ng wika bilang isang konsepto sa etnograpiya. Ang parehong obserbasyon ay ibinigay ng (Mannheim 2004) na ang wika ay lumilikha din ng isang napaka iba't ibang konsepto ng kultura tulad ng kanyang naobserbahan sa kanyang pananaliksik sa trabaho sa Peru.

Ang aking akda ay naghahanap upang gumana sa konsepto na may kaugnayan sa paggamit ng wika bilang isang pangunahing pagkakakilanlan ng pagkamamamayan o pagiging kabilang sa. Gayunpaman tulad ng nabanggit kanina na ang wika sa sarili nito ay walang kahulugan upang bumuo ng rhe ideya ng nasyonalismo. Ang India sa sarili nito ay isa sa mga pinakamahusay na halimbawa kung saan ang wika ay walang karaniwang pagkakakilanlan upang bumuo ng isang pambansang pagkakakilanlan. Gayunpaman sa kabila na ang pagkakakilanlan ng India bilang isang bansa ay nabuo na kung saan ay lampas sa ideolohikal na hadlang ng isang bansa. Sa pagtingin sa buong ideya ng wika bilang ganap na isang ideolohikal na entidad para sa pagbuo ng isang karaniwang nasyonalidad, pagkatapos ay ang India ay lalabas bilang isang kakaibang halimbawa kung saan ang iba't ibang mga wika ay umunlad sa parehong heograpikal na paligid. Ang Timog Asya mismo ay lumikha ng dalawang bansa estado batay sa ideya ng wika na kinabibilangan ng Pakistan pati na rin sa kabila ng pagiging nasa panganib ng tunog na may kinikilingan. Bangladesh halimbawa ay nabanggit bago. Maging sa iba pa nating karatig bansa tulad ng Nepal at Bhutan ay mayroon ding natatanging pagkakakilanlan sa kultura na may kaugnayan sa kanilang wika bilang mahalagang istruktura ng lipunan? Ang wika bilang isang sosyolohikal, ideolohikal na konstruksiyon ay maaaring magkaroon ng magkatulad o hindi magkakatulad na mga mukha. Ang kaso ng Pakistan ay tinalakay sa artikulo na isinulat ni Alyssa Ayres sa **Pagsasalita** tulad ng isang Estado: Wika at Nasyonalismo sa Pakistan. Ang mundo ngayon na nasa mga labi ng Nasyonalismo. Ipinahayag ni Benedict Anderson (1991) na "Ang mga bansa ay hindi maaaring maitatag nang walang mga teksto na gumagamit ng isang pamantayang nakasulat na wika". Marahil ay inakala ni Anderson na ang mga pambansang wika ay madaling makuha bilang mga instrumentong pampulitika. Kamusella sa pagsulat ay naglalarawan ng natatanging halimbawa ng mga bansa sa gitnang Europa na dating bahagi ng solong dominyon ng USSR.

Gayunpaman pagkatapos ng pagkasira ng USSR, 15 iba't ibang mga bansa lumitaw na kung saan ang lahat ay may kanilang natatanging nasyonalidad at lahi. Ang halimbawa ng nasyonalismo ng Magyar sa sitwasyon ng Hungary na humiwalay sa Austria ay maaaring maging apt dito. Ang imperyong Austro – Hungarian mula sa Dinastiyang Habsburg ay nabuwag sa konsepto ng wika. Ngayon ang pagbanat ng konseptong ito ay higit pang mga Aleman sa Poland o Czechoslovakia mismo batay sa kanilang wika bukod sa etnisidad ay nagbigay ng pagkakataon kay Hitler na humingi ng "Lebensraum" at maghangad na i annex ang mga teritoryong ito bilang bahagi ng dakilang German Reich. Ang wika ay mayroon ding napakahalagang papel sa India mismo na naantig sa simula. Gayunpaman kung hahanapin natin ang mga pagkakataon ang kamakailang halimbawa ng Telangana na kung saan ay ang pinakabagong estado sa India na nilikha sa loob ng isang panahon ng patuloy na pakikibaka ay mayroon ding wika sa pinakasentro ng paglikha nito. Nang walang paglihis mula sa paksa gayunpaman mayroong isang pampulitikang anggulo na may kaugnayan dito para sa konstruksiyon. Sa pagpapatuloy ng halimbawa ng nasyonalismo at kung paano ito malakas na konektado sa Wika maaari nating sumangguni sa halimbawa ng Yugoslavia. Nagkaroon ng nagkakaisang balangkas ang bansa kung saan nagkakaisa ang mga taong may iba't ibang lahi. Gayunpaman ang paglitaw ng mga nasyonalistikong saloobin ay dumating sa pagsasakatuparan ng mga pagkakakilanlan ng lahi. Gayunpaman ang pinakamatibay na tanong na dapat itanong kaugnay ng hiwalay na lahi ay kung ano ang nagbibigay ng pagkakakilanlan ng pagiging hiwalay. Na sa halimbawa ng Yugoslavia ay ang kanilang hiwalay na wika. Ang Serbian, Croats at maging ang Bosnian ay hindi lamang mula sa iba't ibang lahi kundi mayroon ding sariling wika upang ipaglaban ang kanilang sariling pagkakakilanlan. Dito pumapasok ang kontekstong pampulitika ng pagkakakilanlan ng wika bilang isang ideolohikal na hakbang tungo sa nasyonalismo. Ang pakikibaka para sa paglikha ng kanilang sariling hiwalay na mga dominyon ay maaaring dumating hindi lamang dahil sa kanilang lahi kundi pati na rin ang pagkakapareho ng wika. Ito ay isang napakahalagang pamantayan, ngayon ang tanong ay lumilitaw kung bakit? Ang pag usbong ng nasyonalismo ay may napakahalagang koneksyon sa salitang binibigkas. Ang retorika o ang salitang binibigkas ay maaaring magtanim ng damdamin ng nasyonalismo.

Samakatuwid ang salitang binibigkas at ang paggamit ng wika ay napakahalaga para sa nasyonalismo anggulo.

Gayunpaman maaaring hindi ito gaganapin totoo para sa lahat ng mga pagkakataon bilang mga pagbubukod sa patakaran ay palaging naroroon. Ang ideya ng pagbuo ng India batay sa mga linya ng wika ay isang kaayusan. Pinapanatili nito sa isip ang hiwalay na pagkakakilanlan ng mga wika at ang iba't ibang mga etniko na bumubuo sa ideya ng India. Ang isang kompromiso sa ideya ng sub nasyonalismo at pag iipon ng mga wika sa kanilang sariling karapatan ay ang kinalabasan. Ang India ay isa sa mga natatanging bansa mula sa mga makasaysayang panahon na naipon ang mga wika na may ebolusyon nito at sumipsip sa mga ito sa lipunan. Isa ito sa pinakamahalagang eksepsiyon kung saan sa iisang heograpikal na entidad ay nasipsip ang pagkakaiba ng mga wika na may sariling ideolohikal na konstruksiyon. Dito naipon ang ideya ng sub nasyonalismo sa loob ng dominyon ng India bilang mga indibidwal na estado. Mahalaga ang naging papel ng wika sa pagbuo ng bahaging sosyolohikal. R.Bugarski na binanggit ang konsepto ng separatismo sa kanyang papel na " **Language, Nationalism & War in Yugoslavia"** tulad ng nabanggit kanina ay nai highlight na ang konsepto ng wika bilang isang mabisang instrumento para sa paglikha ng nation state. Ang susunod na bahagi ng pagsulat ay tungkol sa na kung paano ang wika ay na conceptualized sa pamamagitan ng mga may akda sa paglipas ng panahon.

Keith Walters tulad ng binanggit niya sa kanyang pagsulat sa aklat na " **Gendering French in Tunisia: Language ideologies and Nationalism"** na ang wika bilang isang ideolohiya ay isang paraan ng pagtanggap sa lipunan na patuloy na umuunlad. Ang kaso ng Hilagang Aprika kung saan ang Arabe ay pinalitan ng Pranses ay nagbibigay ng mga halimbawa na kung paano ang imperyalismo ay hindi lamang pang ekonomiya kundi pati na rin socio cultural. Maaaring magkaroon o hindi ito ng natural na pag unlad sa panlipunang hibla depende sa konteksto. Matagumpay na naisama ng imperyong Pranses ang wika nito bilang opisyal na lingua franca sa lahat ng mga kolonya nito. Katulad nito ang Imperyong Briton sa mga kolonya nito ay matagumpay ding naisama ang wika tulad ng nabanggit ni Nicholas Close. Bagamat tulad ng tinalakay ang India ay isa sa mga pangunahing eksepsiyon sa pamana nitong kolonyal kung saan sa loob ng ilang panahon ay naipon ang Ingles bilang opisyal na wika bagaman napanatili nito ang sariling lingua franca. Ngayon ito mismo ay nagsasabi ng maraming tungkol sa aspeto ng pagkakakilanlan at nasyonalismo. Napag usapan nang detalyado sa sulatin sa itaas na ang wika ay isang ideya. Ang ideya mismo ang nagbubuo ng damdaming nasyonalismo at ang paraan ng pagbibigay kahulugan ng wika sa lipunan ang naging pokus. Sinubukan kong i reflect ito sa aking pagsulat na ang wika ang sentripugal point na maaaring i rally ng isang masa. Gayunpaman ang punto ay hindi upang maging limitado sa na. Ang magiging pangunahing pokus ay ang paggamit ng wika bilang isang kultural na aspeto upang tukuyin ang mga ideya, damdamin at ang mga halaga ng societal. Karamihan sa nasyonalismo na may kaugnayan sa wika ay nabuo sa balangkas na nabanggit. Maraming post kolonyal na estado ang wika ay naging dominanteng anyo rin ng panuntunan na ipinilit sa mga katutubo bilang isang anyo ng kataas taasan. Ang ideya ay may kaugnayan sa pag unawa kung paano ang wika sa sarili nito ay tumutukoy sa panaginip ng isang grupo ng mga tao, bansa, estado atbp.

Ang ebolusyon ng wika at ang pang ideolohiyang pag unawa nito ay nagbago sa paglipat ng paradigma mula sa pyudal tungo sa panahong kolonyal na umuunlad sa mga estadong post kolonyal. Ngayon sa pinakadulo ng piyesa, marahil ay maaaring madeduced na ang kaloob na wika ay isa sa mga pangunahing kadahilanan para sa lipunan ng tao na umunlad nang hiwalay. Ang ebolusyon ng kultura, ideolohiya, pagkakaibigan at pag uugali ay may malakas na koneksyon sa wika mismo. Halimbawa ay kung paano may iba't ibang mga salita upang bigyang kahulugan ang salitang snow sa kultura ng Eskimo. Katulad na parehong wika sa pag unlad ng pagkakaiba sa paggamit na kumalat sa iba't ibang mga rehiyong heograpikal ay maaari ring magbigay ng pagkakaiba sa kahulugan sa loob ng hangganan ng parehong wika. Ito ay lubhang totoo para sa mga wika na nangingibabaw sa mundo na kung saan ay Ingles, Pranses at iba pang mga wika sa Europa na kung saan ay dominado sa mundo mula noong kanyang imperyal araw. Tulad ng binanggit ni Susan Hamilton sa pagsulat na "Paggawa ng

Kasaysayan sa Frances Power Cobbe" ang wika sa sarili nito ay may kapangyarihang mag evolve at ang salaysay nito upang sabihin ang mga bagay na nagbago sa aktwal na kahulugan nito sa loob ng isang panahon ng panahon sa lipunan. Kung paano sila tiningnan o ano ang moral na halaga para sa ilang mga salita. Ang mga salitang ginamit ngayon ay maaaring may ganap na iba't ibang aspeto nang ang mga salita ay talagang naisip na nagbago ng kahulugan nito sa loob ng isang panahon. Nang hindi lumilipat sa masyadong malayo sa paksa, ang orihinal na wika na ginagamit ng ilang mga tao kapag ito ay lumilipat sa mga lugar mula sa kung saan ang wika ay hindi orihinal na mula sa nagbibigay sa wika ng isang bagong pagkakakilanlan. Nagdaragdag ito sa aspeto ng kultura ng isang bagong aspeto ng kultura. Pranses Canadians & Pranses Africa, Arabic mundo bukod sa mga tao sa USA at British African, Indians sa kanilang paggamit ng Ingles wika ay ang lahat ng idinagdag hanggang sa wika na tinutukoy para sa isang partikular na hanay ng mga tao (colonizers sa simula) sa isang eco system ng karaniwang komunikasyon. Ito ay mahusay na kinakatawan ng (Blackledge 2002) na binabanggit na ang Britanya ay gumamit ng wika bilang isang mas makapangyarihang anyo ng pagkonekta ng Ingles sa katutubong wika. Sa ganitong paraan nagtrabaho ang kanilang tatak ng imperyalismong kultural. Tungkol ito sa paggamit ng wika bilang pambansang pagkakakilanlan na nagsasama ng mga pagbabago ng pagkakaiba ng lahi. Ito rin ay tinukoy sa papel na isinulat nina Santosh Kumar Mishra at Naveen Kumar Pathak sa "Edukasyon sa

Wikang Ingles sa India: Isang Paglalakbay mula sa Imperyalismo tungo sa Dekolonyalisasyon" na kung paanong ang wika na orihinal na likas na dayuhan ay talagang nakatulong sa pagpapasigla ng diwa ng nasyonalismo. Ang karaniwang wika ng pagkonekta bagaman elitista ay pinahintulutan ang unang lahi ng mga Indian na basahin at maunawaan ang paraan na kung paano gumagana ang demokrasya ng kanluran at estado ng bansa. Kinakailangang hindi ito fuel sense ng agresibong nationalist breed ngunit nag iisip indibidwal. Sa mga annals ng kasaysayan ang mga katutubo ng India na nakalantad sa sistema ng edukasyon ng Macaulay ng Ingles ay naramdaman din ang pakiramdam ng nasyonalismong Europeo. Pinatutunayan nito na bagaman hindi ito ang nilalayong layunin ng wika kundi ang evolved effect ng epekto ng wika ay nagbabago sa paglipas ng panahon.

Mga Sanggunian para sa Kabanata 3

Aghion, P. at Bolton, P. (1997). Isang Teorya ng Trickle Down Growth and Development. Ang Pagsusuri sa Pag aaral ng Ekonomiya, 64(2), p.151.

Bose, S. at Jalal, A. (2009). Nasyonalismo, demokrasya at kaunlaran. New Delhi: Oxford Univ. Pindutin ang.

Bosworth, B. at Collins, S. (2008). Accounting for Growth: Paghahambing ng Tsina at India. Journal of Economic Perspectives, 22(1), pp.45-66.

Tanso, P. (2004). Mga piling tao, popular na simbuyo ng damdamin, at kapangyarihang panlipunan sa pulitika ng wika ng India. Mga Pag-aaral ng Etniko at Lahi, 27(3), mga pahina 353-375.

Demetriades, P. at Luintel, K. (1996). Pag unlad ng Pananalapi, Paglago ng Ekonomiya at Mga Kontrol sa Sektor ng Pagbabangko: Mga katibayan mula sa India. Ang Economic Journal, 106(435), p.359.

Fernandes, L. (2004). Ang Pulitika ng Pagkalimot: Pulitika ng Uri, Kapangyarihan ng Estado at ang Restructuring ng Urban Space sa India. Pag-aaral sa Lunsod, 41(12), pp.2415-2430.

Harish, R. (2010). Brand architecture sa turismo branding: ang paraan pasulong para sa India. Journal ng Indian Business Research. [online] Magagamit sa:

https://www.emerald.com/insight/content/doi/10.1108/17554191011069442/full/html [Hinango noong 28 Set 2019].

Khodabakhshi, A. (2011). Relasyon sa pagitan ng GDP at Human Development Indices sa India. SSRN Elektronikong Journal.

Mooij, J. (1998). Patakaran sa pagkain at pulitika: Ang pampulitikang ekonomiya ng sistema ng pampublikong pamamahagi sa India. Ang Journal of Peasant Studies, 25(2), pp.77-101.

Mukerjee, R. (2007). Ang paglipat ng ekonomiya ng India. New Delhi: Oxford University Press.

Tilak, J. (2007). Pagkatapos ng elementarya edukasyon, kahirapan at pag unlad sa India. International Journal of Educational Development, 27(4), pp.435-445.

Varshney, A. (2000). Mas Nagiging Demokratiko ba ang India Ang Journal of Asian Studies, 59(1), pp.3-25.

Mga Sanggunian para sa Kabanata 4

Almgren, R., & Skobelev, D. (2020). Ebolusyon ng teknolohiya at pamamahala ng teknolohiya. *Journal of Open Innovation: Teknolohiya, Pamilihan, at Pagiging Kumplikado, 6*(2), 22.

Barile, S., Orecchini, F., Saviano, M., & Farioli, F. (2018). Mga Tao, teknolohiya, at pamamahala para sa pagpapanatili: Ang kontribusyon ng mga sistema at cyber-systemic thinking. *Sustainability Science, 13, 1197-1208.*

Bhattacharya, S. (2022) *Sa West Bengal, ang mga ambisyosong pagsisikap na magtanim ng mga bakawan ay nagbubunga ng limitadong mga resulta, Scroll.in*. Makukuha sa: https://scroll.in/article/1032297/in-west-bengal-ambitious-efforts-to-plant-mangroves-yield-limited-results (Nai access: 10 Hunyo 2023).

Butcher, J., & Beridze, I. (2019). Ano ang kalagayan ng artificial intelligence governance sa buong mundo?. *Ang RUSI Journal, 164*(5-6), 88-96.

Chakraborti, S. *New Town ay makakakuha ng isang stop na tindahan ng basura sa kayamanan: Kolkata balita - beses ng India, Ang Times ng India*. Magagamit sa:https://timesofindia.indiatimes.com/city/kolkata/new-town-gets-one-stop-waste-to wealth-store/articleshow/78689888.cms (Access sa: 10 Hunyo 2023).

Davis, K. E., Kingsbury, B., & Merry, S. E. (2012). Mga tagapagpahiwatig bilang teknolohiya ng pandaigdigang pamamahala. *Batas at Lipunan Review, 46*(1), 71-104.

Dias Canedo, E., Morais do Vale, A. P., Patrão, R. L., Camargo de Souza, L., Machado Gravina, R., Eloy dos Reis, V., ... & T. de Sousa Jr, R. (2020). Mga Proseso ng Pamamahala ng Teknolohiya ng Impormasyon at Komunikasyon (ICT): Isang Pag aaral ng Kaso. *Impormasyon, 11*(10), 462.

Finger, M., & Pécoud, G. (2003). Mula sa e Pamahalaan sa e--Pamamahala? Tungo sa isang modelo ng e-Governance. *Electronic Journal ng E-pamahalaan*, 1(*1*), pp52-62.

Hütten, M. (2019). Ang malambot na lugar ng hard code: teknolohiya ng blockchain, pamamahala ng network at mga pitfalls ng teknolohikal na utopianismo. *Global Networks*, 19(3), 329-348.

Juiz, C., Guerrero, C., & Lera, I. (2014). Pagpapatupad ng mga alituntunin ng mabuting pamamahala para sa sektor ng publiko sa mga balangkas ng pamamahala ng teknolohiya ng impormasyon. *Open Journal of Accounting*.

Karol Mohan, A.T. (2023) *Paggawa ng kahulugan ng Bengaluru's Messy Urban Development Data, Citizen Matters, Bengaluru*. Makukuha sa: https://bengaluru.citizenmatters.in/making-sense-of-bengalurus-messy-urban-development-data-117710 (Access sa: 11 Hunyo 2023).

Khalil, S., & Belitski, M. (2020). Dynamic na kakayahan para sa matatag na pagganap sa ilalim ng impormasyon teknolohiya pamamahala framework. *European Business Review*, *32*(2), 129-157.

Kumar, M. (2022) *Ang mga State Pollution Control Boards sa India ay walang sapat na kawani o kadalubhasaan*, *Scroll.in*. Magagamit sa: https://scroll.in/article/1036752/state-pollution-control boards-in-india-neither-have-enough-staff-nor-expertise (Na-access: 14 Hunyo 2023).

León, L. F. A., & Rosen, J. (2020). Teknolohiya bilang ideolohiya sa pamamahala ng lunsod. *Annals ng American Association of Geographers*, *110*(2), 497-506.

Mittal, P., & Kaur, A. (2013). E governance: Isang hamon para sa India. *International journal ng mga advanced na pananaliksik sa computer engineering & teknolohiya, 2*(3).

Mort, M., Finch, T., & Mayo, C. (2009). Paggawa at unmaking telepatients: Pagkakakilanlan at pamamahala sa mga bagong teknolohiya sa kalusugan. *Agham, Teknolohiya, & Mga Halaga ng Tao,* 34(1), *9-33.*

Mulligan, D. K., & Bamberger, K. A. (2018). Pag-save ng pamamahala ayon sa disenyo. *Pagsusuri sa Batas ng California, 106*(3), 697-784.

Musso, J., Weare, C., & Hale, M. (2000). Pagdidisenyo ng mga teknolohiya sa web para sa reporma sa lokal na pamamahala: mabuting pamamahala o mabuting demokrasya? *Komunikasyong Pampulitika, 17*(1), 1-19.

Prasher, G. (2023) *Bengaluru, mayroon kaming isang problema: Ito ang aming mga Lawa, Bangalore Mirror.* Makukuha sa: https://bangaloremirror.indiatimes.com/bangalore/civic/bengaluru-we-have-a-problem-its-our-lakes/articleshow/97289067.cms (Nai access: 11 Hunyo 2023).

Roco, M. C. (2008). Mga posibilidad para sa pandaigdigang pamamahala ng mga teknolohiya ng converging. *Journal ng nanoparticle pananaliksik, 10, 11-29.*

Sachdeva, S. (2002). e-Governance strategy sa India. *White Paper sa e-Governance strategy sa India.*

Vidisha, S. (2023) *Ang mga residente ng Mumbai slum ay tumayo laban sa plano ng muling pag unlad ng Adani, Nikkei Asia.* Makukuha sa: https://asia.nikkei.com/Spotlight/Asia-Insight/Mumbai-slum-residents-stand-up-against-Adani-s-redevelopment-plan (Hinango noong: 12 Hunyo 2023).

Yadav, N., & Singh, V. B. (2013). E pamamahala: nakaraan, kasalukuyan at hinaharap sa India. *arXiv preprint arXiv:1308.3323.*

Ang mga eksperto ay nag brainstorm sa mga estratehiya upang mapabuti ang kalidad ng hangin sa Delhi. Makukuha sa: https://www.newindianexpress.com/cities/delhi/2023/may/16/experts-brainstorm-on-strategies-to-improve-air-quality-in-delhi-2575552.html (Access sa: 12 Hunyo 2023).

Paano maaaring kasangkot sa pagpaplano at pag-unlad ng Mumbai ang mga mamamayan: Mumbai News - Times of India, *The Times of India.* Makukuha sa: https://m.timesofindia.com/city/mumbai/how-planning-and-development-of-mumbai-can-involve-citizens/articleshow/100691710.cms (Nai access: 11 Hunyo 2023).

Inilunsad ng West Bengal Govt ang mga bus na may Air Purifiers sa Kolkata upang matalo ang polusyon (2023) *Hindustan Times.* Makukuha sa: https://www.hindustantimes.com/cities/kolkata-news/west-bengal-govt-launches-buses-with-air-

purifiers-in-kolkata-to-beat-pollution-
101686042102914.html (Nai access: 11 Hunyo 2023).

Mga Sanggunian para sa Kabanata 5

Albert Eleanor, (2019) na access mula sa Thediplomat.com "Rusya, alternatibong enerhiya ng kapitbahayan ng Tsina"

Altman A. Steven, 2020 na access mula sa Harvardbusinessreview.org: "Magkakaroon ba ng pangmatagalang epekto ang Covid19 sa globalisasyon

Birdsall, Campos M. Nancy, Edgardo L Kim Jose, Corden Chang- Shik, MacDonald W. Max, Pack Lawrence, Page Howard, Sabor John, Stiglitz Richard, E. Joseph (1993) na access mula sa documents.worldbank.org "Ang himala sa Silangang Asya: paglago ng ekonomiya at patakaran ng publiko"

Bishara Marwan, (2020) na access mula sa Aljazeera.com "Mag ingat sa nagbabantang kaguluhan sa Gitnang Silangan"

Bogardus, E. (1927) Mga saloobin sa imigrasyon at lahi. New York: DC Heath Publication.

Bose, S. at Jalal, A. (2009). Nasyonalismo, demokrasya at kaunlaran. New Delhi: Oxford Univ. Pindutin ang.

Bosworth, B. at Collins, S. (2008). Accounting for Growth: Paghahambing ng Tsina at India. Journal of Economic Perspectives, 22(1), pp.45-66.

Tanso, P. (2004). Mga piling tao, popular na simbuyo ng damdamin, at kapangyarihang panlipunan sa pulitika ng wika ng India. Mga Pag-aaral ng Etniko at Lahi, 27(3), mga pahina 353-375.

Callahan, A. W. (2016). "Asia Dream" ng China ang belt road initiative at ang bagong regional order. Asian Journal of Comparative Politics 1(3), 226-243.

Chen Alicia, Molter Vanessa (2020) na access mula sa fsi.stanford.edu "Mask Diplomacy: Chinese Narratives sa panahon ng COVID"

Cheng, K.L. (2016). Tatlong Tanong sa "belt and road initiative" ng Tsina. *Pagsusuri ng Ekonomiya ng Tsina 40, 309-313*

Bagong diplomasya ng Tsina at epekto nito sa mundo. (2007). *Brown Journal of World Affairs*, [online] 14(1), pp.221-232.

Demetriades, P. at Luintel, K. (1996). Pag unlad ng Pananalapi, Paglago ng Ekonomiya at Mga Kontrol sa Sektor ng Pagbabangko: Mga katibayan mula sa India. Ang Economic Journal, 106(435), p.359.

Patakaran sa Pagpapaunlad at Kagalingan ng Deepta Chopra sa Timog Asya, 2014.

Duara P., (2001) na access mula sa jstor.org "Ang diskurso ng sibilisasyon at Pan Asianism"

Du J. & Zhang, Y. (2018). Itinataguyod ba ng one belt one road initiative ang direktang pamumuhunan ng Tsina sa ibang bansa *China Economic Review 47, 189-205*.

Fan, Y. (2007). Soft power: Power of attraction o pagkalito? *Palgrave Macmillan*, [online] 4(2), pp.147-158.

Ferdinand, P. (2016). Kanluran ho- ang China dream at 'one belt, one road': patakarang panlabas ng Tsina sa ilalim ni Xi Jingping. *International Affairs 92(4), 941-957*

Ghoshal Singh Antara, (2020) na access mula sa Thehindu.com "Ang standoff at Indian policy dilemma ng Tsina"

G.S. Khurana, (2008) na access mula sa tandfonline.com "Ang String of Pearls ng Tsina sa karagatan ng India at ang mga implikasyon nito sa seguridad".

Guo, C., Lu, C., Denis, D. A. & Jielin, Z. (2019). Implikasyon ng "One Belt, One Road" Strategy para sa China at Eurasia.

Hillman, J. (2018). Puno ng Butas ang Belt and Road ng China. Center para sa Strategic at International Studies.

Huang, Y. (2016). Pag unawa sa China Belt & Road initiative: pagganyak, balangkas at pagtatasa. China Economic Review 40, 314-321.

Islam, N.M. (2019). Silk Road sa belt road. Springer

Jain Ayush, (2020) na access mula sa eurasiantimes.com "Pagkatapos ng Galwan, ang Himachal ay maaaring maging susunod na malaking isyu sa alitan sa hangganan ng India at Tsina"

Jinchen, T. (2016). Isang sinturon at isang daan: nag uugnay sa Tsina at sa mundo. *Website ng Global Infrastructure Initiative*.

Johnston, A. L. (2019). Ang Belt and road initiative: ano ang nakapaloob dito para sa Tsina *Asya at ang Pacific Policy Studies 6(1), 40-58*.

Liang, Y. (2020). Internasyonalisasyon ng RMB at pagpopondo ng belt road initiative: Isang pananaw sa MMT. *Ang Ekonomiya ng Tsina 53(4), 317-328*.

Lu, H, R. Charlene, R., Hafner, M. & Knack, M. (2018). Inisyatibo ng Tsina sa Belt and Road. *RAND Europa*.

Minghao, Z. (2016). Ang belt and road initiative ay implikasyon nito sa relasyon ng Tsina at Europa. *Ang International Spectator 51(4). 109-118*.

Mishra Rahul, (2020) na access mula sa Thediplomat.com "Mga Sugat na Ipinataw ng Tsina sa Sarili sa Dagat Timog Tsina"

Mitchell, D. (2020). Paggawa o paglabag sa mga rehiyon: Belt Road Initiative ng Tsina at ang kahulugan para sa dinamika ng rehiyon. *Heopolitika*

Mooij, J. (1998). Patakaran sa pagkain at pulitika: Ang pampulitikang ekonomiya ng sistema ng pampublikong pamamahagi sa India. Ang Journal of Peasant Studies, 25(2), pp.77-101.

Narins, PT & Agnew, J. (2020). Nawawala sa mapa: eksepsiyonalismong Tsino, rehimen ng soberanya at ang belt road initiative. *Geopolitics 25(4)*.

Nordin, H.M.A. & Weissmann, M. (2018). Gagawin ba ni Trump ang China na mahusay muli Ang belt and road initiative at international order. *Mga Internasyonal na Usapin*

Ramadhan, I. (2018). Belt Road Initiative ng Tsina. *Intermestic: Journal of International Studies*

Saha Premesha, (2020) na access mula sa orfonline.org "Mula sa 'Pivot to Asia' sa Trump's ARIA: Ano ang nagtutulak sa kasalukuyang Patakaran ng US Asia "

SCHMIDT, J. (2008). Soft Power Diplomacy ng Tsina sa Timog Silangang Asya. *Ang Copenhagen Journal of Asian Studies*, [online] (26), pp.22-46.

Scobell, A., Lin, B., Howard, J.S., Hanauer, L., Johnson, M. & Michake, S. (2018). Sa bukang liwayway ng Belt and Road: Tsina sa umuunlad na mundo. *Rand Corporation*

Shariar, S. (2019). Ang inisyatibong belt and road: ano ang ihahandog ng tsina sa mundo sa pagbangon nito. *Asian Journal of Political Science 27(1), 152-156*

Suri Navdeep and Taneja Kabir, (2020) na access mula sa The Hindu.com: "Sa pandemic crisis bridging the gulf with west Asia"

Sylvia Martha, (2020) Na access mula sa Thediplomat.com "Ang Global na digmaan para sa 5G ay uminit"

Tan Meng Chee, (2015) na access mula sa theasiadialogue.com "Pamumuhunan sa imprastraktura at problema ng imahe ng Tsina sa Timog Silangang Asya"

Ye, M. (2020). Ang Bet Road at Higit pa: Kilusang Globalisasyon ng Estado sa Tsina. *Pindutin ang Cambridge University*

Yunling, Z. (2015). Isang sinturon, isang daan: Isang Tanawin ng mga Tsino. *Global Asia 10(3), 8-12.*

Zhao, S. (2020). Belt Road Initiative ng Tsina bilang lagda ni Pangulong Xi Jingping diplomasya: Mas madaling sabihin kaysa gawin. *Journal of Contemporary China 29(123), 319-335.*

Mga Sanggunian para sa Kabanata 6

Adelman, H. (2002). Mga hangganan ng Canada at Immigration Post 9/11. *International migration pagsusuri. 36(1), 15-28.*

Anderson, M., Alcaraz Elena, M., Freudenstein, R., Guiraudon, V. (2000). Ang pader sa paligid ng Kanluran: Mga hangganan ng estado at mga kontrol sa imigrasyon sa Hilagang Amerika at Europa. *Rowman & Littlefield.*

Bommes, M. (2000). Imigrasyon at kapakanan: Paghamon sa mga hangganan ng welfare state. *Routledge.*

Chacon, M. J. (2006). Mga hangganan na hindi secured: Mga paghihigpit sa imigrasyon, kontrol sa krimen at pambansang seguridad. *Si Conn. I. reV. 39, 1827.*

Crepaz, M. M. (2008). Tiwala sa kabila ng mga hangganan: Imigrasyon, ang welfare state at pagkakakilanlan sa mga modernong lipunan. *Unibersidad ng Michigan Press*

Fassin, D. (2011). Policing hangganan, paggawa ng mga hangganan. Ang governmentality ng immigration sa madilim na panahon. Taunang Pagsusuri ng antropolohiya. 40, 213-226.

Flores, A.L. (2003). Pagbuo ng mga retorikal na hangganan: Peons, iligal na dayuhan at nakikipagkumpitensya na mga salaysay ng imigrasyon. *Mga Kritikal na Pag aaral sa Komunikasyon ng Media. 20(4), 362-387.*

Flynn, D. (2005). Bagong hangganan, bagong pamamahala: ang mga dilemmas ng mga modernong patakaran sa imigrasyon. *Mga Pag-aaral ng Etniko at Lahi 28(3), 463-490.*

Hayter, T. (2000). Open borders: Ang kaso laban sa mga kontrol ng imigrasyon. *Mga Pag aaral sa Migration at Diaspora, 17.*

Jacobson, D. (1996). Mga karapatan sa iba't ibang hangganan: Immigration at ang pagtanggi ng pagkamamamayan. *Brill.*

Hari. N. (2016). Walang hangganan: Ang pulitika ng kontrol at paglaban sa imigrasyon. *Zed Books Ltd.*

Lahav, G. (2004). Immigration at pulitika sa bagong Europa: Reinventing hangganan. *Cambridge University Press.*

Maciel, D. & Herrera-Sobek, M. (1998). Kultura sa buong hangganan: Mexican immigration & popular na kultura. *Unibersidad ng Arizona Press*

Peters E. M. (2015). Bukas na kalakalan, saradong hangganan imigrasyon sa panahon ng globalisasyon. *World Pol. 67, 114.*

Wilcox, S. (2009). Ang open borders debate sa immigration. *Pilosopiya Kompas 4(5). 813-821.*

Wilcox, S. (2015). Pandarayuhan at mga Hangganan. *Bloomsbury Paghahambing sa Pilosopiyang Pampulitika, 183-197.*

Mga Sanggunian para sa Kabanata 7

Isang Smeulers, S Van Niekerk Abu Ghraib at ang War on Terror—isang kaso laban kay Donald Rumsfeld? Krimen, batas at pagbabago sa lipunan, 2009

Dyson, B.S "Stuff Happens": Donald Rumsfeld at ang Iraq War. Pagsusuri sa Patakarang Panlabas, 2009

Fischer-Lescano, A. Pagpapahirap sa Abu Ghraib: Ang reklamo laban kay Donald Rumsfeld sa ilalim ng German code of crimes against international law. German Law Journal, 2005.

Hampton, A.J., Aina, B., Andersson, J. Ang Rumsfeld effect: Ang Journal ng sikolohiya. 2012

Logan, C.D. - Mga kilalang kilala, kilalang hindi kilala, hindi kilalang kilala at pagpapalaganap ng siyentipikong pagtatanong. Journal of experimental botany, 2009.

Morris, E. Ang Hindi Kilalang Kilala. Ang Hindi Mo Alam na Hindi Mo Alam, Dogwoof, 2000

Panagopoulos, C. *Ang mga botohan:* Opinyon ng Publiko at Kalihim ng Pagtatanggol Donald Rumsfeld. Presidential Studies Quarterly, 2006

Rumsfeld, H. D. Pagbabagong anyo ng militar Foreign Affairs, HeinOnline. 2002

Rumsfeld, D. Pagtatanggol sa ating sarili: Bakit natin dapat atakehin ang Iraq Mga Mahahalagang Talumpati ng Araw, 2002

Rumsfeld, H. D. Isang bagong uri ng digmaan. Repasuhin ng Militar, 2001

Rumsfeld, D. Patnubay at Mga Tuntunin ng Sanggunian para sa 2001 Quadrennial Defense Review. 2001

Rumsfeld, H. D. Isang bagong uri ng digmaan. Repasuhin ng Militar, 2001

Rumsfeld, DH Taunang Ulat sa Pangulo at sa Kongreso. 2003

Rumsfeld, H.D. Pahayag ng Ang Kagalang galang Donald H. Rumsfeld. 2001

Rumsfeld, D. Mga Pangunahing Prinsipyo para sa isang Malayang Iraq. Wall Street Journal, 2003

Ryan, M. 'Full spectrum dominance': Donald Rumsfeld, ang Department of Defense, at US irregular warfare strategy, 2001 2008. Maliit na Digmaan & Insurhensiya, 2014.

Mga Sanggunian para sa Kabanata 10

Alyssa Ayres (2009), "Pagsasalita Tulad ng isang Estado: Wika at Nasyonalismo sa Pakistan", Cambridge University Press.

Anderson Benedict (1983), "Imagined Communities", Verso, London

Blackledge Adrian (2002), "Ang Discursive Construction ng Pambansang Pagkakakilanlan sa Multilingual Britain", Journal ng wika, pagkakakilanlan at edukasyon, Vol 1, pp 67-87

Holobrow Marnie (2007), "Ideolohiya ng Wika at Neo Liberalismo", Journal of Language and Politics, Vol 6, pp. 51-73

Kathryn A. Woolard & Bambi B. Schieffelin (1994), "Ideolohiya sa Wika", Taunang Pagsusuri sa Antropolohiya, Tomo 23, mga pahina 55-82

Ranko Bugarski (2001), "Wika, Digmaan at Nasyonalismo sa Yugoslavia", International journal ng sosyolohiya ng wika, Tomo 151, pp-69-87

Walters Keith (2011), "Gendering French in Tunisia: mga ideolohiya sa wika at nasyonalismo", International journal of the sociology of language, Vol 2011, pahina 83

Hintayin mo na lang ang susunod............

www.ingramcontent.com/pod-product-compliance
Lightning Source LLC
LaVergne TN
LVHW091633070526
838199LV00044B/1041